சின்னஞ்சிறு இளவரசன்

சின்னஞ்சிறு இளவரசன்

ஆந்த்துவான் த சேந்தெக்ஸுபெரி (பி. 1900–1944)

ஆந்த்துவான் த சேந்தெக்ஸுபெரி பிரான்சில் லியோன் நகரில் பிறந்தவர். கல்லூரிப் படிப்பை முடித்ததும், விமானியாவதற்குப் பயிற்சி பெற்றார். தொடக்கத்தில் பிரான்சிற்கும், ஆப்பிரிக்க நாடான செனெகலுக்குமிடையே விமானம் மூலம் தபால் போக்குவரத்துச் சேவையில் ஈடுபட்டார். பின்னர் பிரெஞ்சு விமான நிறுவனமொன்றின் பிரதிநிதியாக அர்ஜெண்டினாவில் பணியாற்றினார். 1935ஆம் ஆண்டு பிரான்சிலிருந்து வியட்நாமிற்கு விமானப் பயணம் மேற்கொண்டபோது லிபிய நாட்டுப் பாலைவனத்தில் அவருடைய விமானம் விபத்துக்குள்ளாகியது. நான்கு நாட்கள் தண்ணீரின்றி உயிருக்குப் போராடியபோது அரபுக்காரர் ஒருவரால் மீட்கப்பட்டார். 1939ஆம் ஆண்டு இரண்டாம் உலகப்போர் தொடங்கியதும் பிரெஞ்சு விமானப் படையில் சேர்ந்து பல சாதனைகள் படைத்தார். 1944ஆம் ஆண்டு ஜூலை மாதத்தில் கோர்சிக்கா தீவிலிருந்து பிரான்சுக்குப் பயணம் மேற்கொண்டபோது அவரது விமானம் எங்கோ கண்காணாத இடத்தில் விழுந்து நொறுங்கியபோது அவர் மாயமாக மறைந்துவிட்டார்.

விமான சேவையோடு அவர் கொண்டிருந்த தொடர்பு அவரது பல்வேறு இலக்கியப் படைப்புகளுக்கு உந்துதலாக இருந்தது. ‘*Vol de Nuit*’, 1931 (தமிழில்: ‘விடியலைத் தேடிய விமானம்’) அதற்கு ஓர் எடுத்துக்காட்டு. அதுமட்டுமன்றி, அவர் தத்துவச் சிந்தனைக்கும் வித்திட்டது. இங்கு மொழிபெயர்க்கப்பட்டிருக்கும் ‘*Le Petit Prince*’, 1943 (‘சின்னஞ்சிறு இளவரசன்’) ’வாழ்க்கையில் முக்கியமானதெல்லாம் கண்ணுக்குப் புலப்படுவதில்லை, மனதுக்கு மட்டும்தான் புலப்படும்’ என்ற உண்மையை நிலைநாட்டுகிறது. அத்துடன், தனிமை, சோகம், நட்பு, காதல் போன்ற மனித உணர்வுகள் பற்றியெல்லாம் ஆழ்ந்து சிந்திக்க வைக்கிறது. இந்நாவல் குழந்தைகளுக்காக எழுதப்பட்டதுபோல் தோன்றினாலும் வயது வேறுபாடின்றி அனைவருக்குமான சில அற்புதச் செய்திகளைத் தாங்கி நிற்கிறது.

எஸ்.ஆர். கிருஷ்ணமூர்த்தி (பி. 1942)

மொழிபெயர்ப்பாளர்

புதுவைப் பல்கலைக்கழக முன்னாள் ஃபிரெஞ்சுத் துறைத் தலைவர், வாழ்வியல் புலத் தலைவர், பல்கலைக்கழக மானியக் குழுவின் தகைசால் அறிஞர். ஃபிரெஞ்சு அரசின் செவாலியே, ஒஃபீசியே, கொமாந்தர் ஆகிய விருதுகளையும் ரொமேன் ரொலான் விருதையும் பெற்றவர். ஃபிரெஞ்சு, ஆங்கிலம், தமிழ் ஆகிய மொழிகளில் பல மொழிபெயர்ப்புகள் செய்திருக்கிறார்.

காட்டுப் பறவைகள் கூட்டம் கூட்டமாக வலசை போவதைப் பயன்படுத்திக்கொண்டு அவன் தப்பித்து வந்திருக்கிறான் என்று நினைக்கிறேன்.

ஆந்த்துவான் த சேந்தெக்ஸுபெரி

சின்னஞ்சிறு இளவரசன்

பிரெஞ்சிலிருந்து தமிழில்
எஸ்.ஆர். கிருஷ்ணமூர்த்தி

காலச்சுவடு பதிப்பகம்

அன்பார்ந்த வாசகருக்கு,

வணக்கம்.

காலச்சுவடு நூலை வாங்கியமைக்கு நன்றி.

நூலின் உள்ளடக்கம், உருவாக்கம், அட்டைப்படம் இன்ன பிற அம்சங்கள் பற்றிய உங்கள் கருத்துகளையும் ஆலோசனைகளையும் காலச்சுவடு வரவேற்கிறது. தகவல், எழுத்து, வாக்கியப் பிழைகள் தென்பட்டால் அவசியம் தெரிவித்து உதவுங்கள். நூல் தயாரிப்பில் கடும் குறைபாடு இருப்பின் மாற்றுப் பிரதி உங்களுக்குக் கிடைக்கக் காலச்சுவடு ஏற்பாடு செய்யும்.

மின்னஞ்சல்: **publisher@kalachuvadu.com**

காலச்சுவடு நாகர்கோவில் அலுவலகத்திற்குக் கடிதம் அனுப்பலாம்.

தங்கள்
எஸ்.ஆர். சுந்தரம் (கண்ணன்)
பதிப்பாளர் – நிர்வாக இயக்குநர்

PAP TAGORE
www.bibliofrance.in

Le Petit Prince by Antoine de Saint-Exupéry

“The Work is published with the support of the Publication Assistance Programmes of the Institut Français”

சின்னஞ்சிறு இளவரசன் ✥ நாவல் ✥ ஆசிரியர்: ஆந்த்துவான் த சேந்தெக்ஸுபெரி ✥ பிரெஞ்சிலிருந்து தமிழில்: எஸ்.ஆர். கிருஷ்ணமூர்த்தி ✥ முதல் பதிப்பு: டிசம்பர் 2022, இரண்டாம் பதிப்பு: ஜூலை 2024 ✥ வெளியீடு: காலச்சுவடு பப்ளிகேஷன்ஸ் (பி) லிட்., 669, கே.பி. சாலை, நாகர்கோவில் 629001

cinnañciRu iLavaracan ✥ Novel ✥ Author: Antoine de Saint-Exupéry ✥ Translated from French by S.R. Kichenamourty ✥ Language: Tamil ✥ First Edition: December 2022, Second Edition: July 2024 ✥ Size: 7x9cm ✥ Paper: 46.6 kg maplitho ✥ Pages:88

Published by Kalachuvadu Publications Pvt.Ltd., 669, K.P. Road, Nagercoil 629001, India ✥ Phone: 91-4652-278525 ✥ e-mail: publications@kalachuvadu.com ✥ Printed at Compuprint Premier Design House, Chennai 600086

ISBN: 978-81-959048-7-7

07/2024/S.No.1132, kcp 5228, 46.6 (2) urss

லெயோன் வெர்த்துக்கு

இந்தப் புத்தகத்தைப் பெரியவர் ஒருவருக்குச் சமர்ப்பிப்பதற் காக, இதைப் படிக்கும் குழந்தைகளிடம் மன்னிப்புக் கேட்டுக்கொள்கிறேன். அதற்கு முக்கியமான காரணம் ஒன்று இருக்கிறது. இந்தப் பெரியவர்தான் உலகிலேயே எனக்குத் தலைசிறந்த நண்பர். மற்றொரு காரணம், அவர் குழந்தைகள் புத்தகம் முதற்கொண்டு, எல்லாவற்றையும் புரிந்துகொள்வார். மூன்றாவது காரணமும் உண்டு. அவர் இப்போது பிரான்சில் பசியிலும் குளிரிலும் வாடிக்கொண்டிருக்கிறார். அவரை உற்சாகப்படுத்த வேண்டும். இந்தக் காரணங்களெல்லாம் போதாதென்றால், இங்கு நான் குறிப்பிடும் பெரியவர், பெரியவராக வளர்வதற்கு முன் குழந்தையாக இருந்திருப்பாரல்லவா? அந்தக் குழந்தைக்கே இதைச் சமர்ப்பிக்கிறேன். பெரியவர்க ளெல்லாம் ஒருகாலத்தில் குழந்தைகளாக இருந்தவர்கள்தானே. சிலருக்குத்தான் அந்தப் பருவம் நினைவில் இருக்கும். ஆகவே என் சமர்ப்பணத்தைத் திருத்திக்கொள்கிறேன்:

சிறுவனாக இருந்த காலத்து
லெயோன் வெர்த்துக்கு

சின்னஞ்சிறு இளவரசன்: புதிய வடிவில் நவீன காவியம்

ஆந்த்துவான் த சேந்தெக்ஸுபெரி எழுதிய '*Le Petit Prince*' என்னும் பிரெஞ்சு நாவல் உலகின் சாதனைப் படைப்புகளில் ஒன்று. குழந்தைகளின் உலகை, உணர்வுகளை அசலாக வெளிப்படுத்தும் இந்த நாவல், குழந்தையின் களங்கமற்ற பார்வையின் வழியே உலகைக் காண்கிறது. இந்தப் பார்வையில் வெளிப்படும் தரிசனங்கள் பெரியவர்களுக்கான திறப்புகளாக இருக்கின்றன.

1943இல் வெளியான இந்த நாவல் பிரான்ஸில் நவீன காவிய அந்தஸ்தைப் பெற்றுவிட்டது. இந்த நாவலின் பதிப்புகள், விற்பனை, மொழியாக்கங்களின் எண்களைப் பார்த்தாலே இதன் ஈடிணையற்ற வீச்சு விளங்கும். பிரான்சில் 7 கோடியே 40 லட்சம் பிரதிகள் விற்றிருக்கின்றன. உலக அளவில் 20 கோடிப் பிரதிகள் விற்றிருக்கின்றன. 5975 பதிப்புகளையும் 470 மொழிபெயர்ப்புகளையும் கண்டு நவீன இலக்கியப் புனைவுகளின் வரிசையின் சிகரத்தில் வீற்றிருக்கும் நாவல் இது.

பதிப்புகளிலும் பல விதம். இந்த நாவலைப் பற்றிய பார்வைகள், நாவலினூடே நிகழ்த்தும் பயணம், புதிய ஓவியங்களுடன் கூடிய பதிப்பு, பரிசளிப்பதற்கான வண்ணமயமான பதிப்பு எனப் பல விதமான பதிப்புகளை இந்நூல் கண்டிருக்கிறது.

பிரெஞ்சில் இந்த நாவல் வெளியாகிய 75ஆம் ஆண்டைக் குறிக்கும் வகையில் பல்வேறு கலைஞர்களின் பங்களிப்புடன் 'சேந்தெக்ஸுபெரி கதாநாயகனுக்கு அஞ்சலி' என்னும் சிறப்புப் பதிப்பு ஒன்று வெளியானது. கற்பனை வளம் மிக்க இந்தக் கதையின் கலையழகை மேலும் கூட்டும் விதத்தில், ஃப்லோரான்ஸ் செஸ்தாக், மிலொ மனாரா, மெபியஸ், உய்கோ பிராத், அல்பேர் உதெர்சோ உள்ளிட்ட முப்பது கலைஞர்கள் சேந்தெக்ஸுபெரியின் புகழ்பெற்ற கதாபாத்திரத்துக்கு அஞ்சலி செலுத்துகிறார்கள். சின்னஞ்சிறு இளவரசனை அவர்கள் தங்கள் கற்பனைக்கேற்ப வரைந்திருக்கிறார்கள்.

சின்னஞ்சிறு இளவரசன் நாவலில் இடம்பெற்ற சேந்தெக்ஸுபெரியின் ஓவியங்களைத் தனிப் படங்களாக இந்தப் பதிப்பில் இணைத்திருந்தார்கள். எந்தப் பதிப்பிலும் வெளிவராத ஓவியம் ஒன்றும் இந்தத் தொகுப்பில் இடம்பெற்றிருந்தது. அந்த ஓவியமே இந்த நூலின் பின்னட்டைக்கு அழகூட்டுகிறது.

இன்னொரு பதிப்பு 'சின்னஞ்சிறு இளவரசன் பயணங்கள்' என்னும் தலைப்பில் 2021இல் வெளியானது. இரண்டு நூல்களுமே கலையம்சம் கொண்ட, வடிவமைப்பிலும் அச்சு நேர்த்தியிலும் கண்ணில் ஒற்றிக்கொள்ளக்கூடிய படைப்புக்கள். இவற்றிலிருந்து பெறப்பட்ட, உயர்தரத்தில் அச்சிடப்பட்ட ஓவியங்களை மின்னிலக்க நகல் மூலம் இந்த நூலில் பயன்படுத்தியிருக்கிறோம்.

புகழ்பெற்ற பல்வேறு படைப்புகள் வெவ்வேறு மொழிபெயர்ப்புகளைக் கண்டுள்ளன. அந்தப் போக்கை அடியொற்றியே தற்போது இந்த நாவலுக்குப் புதிய மொழியாக்கத்தினைக் 'காலச்சுவடு' வெளியிடுகிறது. பிரெஞ்சு மொழி அறிஞரும் பல்வேறு படைப்புகளைப் பிரெஞ்சிலிருந்து தமிழுக்கும் தமிழிலிருந்து பிரெஞ்சுக்கும் மொழியாக்கம் செய்துள்ள எஸ்.ஆர். கிருஷ்ணமூர்த்தியின் இந்த மொழியாக்கம் கடந்த 40 ஆண்டுகளில் தமிழ்மொழியில் ஏற்பட்டுள்ள மாற்றங்களைக் கணக்கில் எடுத்துக்கொண்டதாக அமைந்துள்ளது.

இந்த நூலின் மொழியும் வண்ணங்களும் வடிவமைப்பும் புத்தம்புதிய வாசக அனுபவத்தைத் தரும் என்று நம்புகிறோம்.

– பதிப்பாளர்

1

அப்போது எனக்கு ஆறு வயது. ஒருநாள், அற்புதமான படம் ஒன்றைப் பார்த்தேன். அது 'உண்மைக் கதைகள்' என்ற புத்தகத்தில் இடம்பெற்றிருந்தது. மனிதனின் காலடி படாத காடு ஒன்றைப் பற்றிய அக்கதையில், பெரிய மலைப் பாம்பொன்று பிரம்மாண்டமான காட்டு விலங்கை விழுங்குவதுபோல் சித்திரித்திருந்தார்கள். மேலே நீங்கள் பார்ப்பது அதன் நகல்தான்.

அந்தப் புத்தகத்தில் 'மலைப்பாம்புகள் இரையை மெல்லாமல் அப்படியே விழுங்கிவிடும்; விழுங்கிய பின் அவற்றால் நகர முடியாது, விழுங்கியது செரிக்க ஆறுமாத காலம் பிடிக்கும்; அதுவரையிலும் அவை அப்படியே தூங்கிக்கொண்டிருக்கும்' என்று குறிப்பிட்டிருந்தார்கள்.

அதன் பின்பு, பெருங்காடுகளில் நிகழும் சாகசங்களைப் பற்றி அதிகமாகவே சிந்திக்க ஆரம்பித்தேன். அதன் விளைவாக நானும் என் முதல் படத்தைக் கலர் பென்சிலால் வெற்றிகரமாக வரைந்து முடித்தேன். நான் கீழே கொடுத்திருப்பது அதுதான்.

என்னுடைய தலைசிறந்த படைப்பைப் பெரியவர்களிடம் காட்டி, அதைப் பார்த்தால் பயமாக இருக்கிறதா என்று கேட்டேன்.

அதற்கு அவர்கள் 'ஒரு தொப்பியில் பயப்பட என்ன இருக்கிறது?' என்றார்கள்.

நான் வரைந்தது ஒரு தொப்பியல்ல. வயிற்றுக்குள் ஒரு யானையைச் சீரணித்துக் கொண்டிருக்கும் மலைப்பாம்பு. ஆகவே, பெரியவர்கள் புரிந்துகொள்வதற்காக மலைப்பாம்பின் வயிற்றிலிருந்ததையும் வரைந்தேன். பெரியவர்களுக்குத்தான் எல்லாவற்றையும் விளக்கமாகச் சொல்ல வேண்டுமே. என்னுடைய இரண்டாவது படம் இப்படியாக இருந்தது.

பெரியவர்களோ, இப்படி மலைப்பாம்புகளின் வயிற்றையும் உடம்பையும் படம் போடுவதை விட்டுவிட்டு, புவியியல், வரலாறு, கணிதம் இலக்கணம் இவற்றில் கவனம் செலுத்தும்படி அறிவுரை சொன்னார்கள். அதனால்தான் எனக்கு ஆறு வயதிருக்கும்போது ஓவியம் வரையும் அற்புதமான தொழிலைக் கைவிட்டேன். என்னுடைய முதல் படமும் இரண்டாம் படமும் தோல்வியில் முடிந்ததால், எனக்குப் படம் வரைவதில் ஆர்வம் குறைந்துவிட்டது. பெரியவர்கள் தாங்களாகவே புரிந்துகொள்ள மாட்டார்கள். அவர்களுக்கு ஒவ்வொரு தடவையும் விளக்கம் கொடுக்க வேண்டியிருப்பதால் சிறுவர்களுக்கு அலுத்துப்போய்விடுகிறது.

ஆகவே, நான் வேறொரு தொழிலைத் தேர்ந்தெடுத்தேன். விமானம் ஓட்டக் கற்றுக்கொண்டேன். உலகில் பல இடங்களுக்குச் சென்றுவந்தேன். புவியியல் அதற்கு மிகவும் பயனுள்ளதாக இருந்தது. ஒரே பார்வையில் சீனாவை அரிசோனாவிலிருந்து வேறுபடுத்திப் பார்க்க முடிந்தது. இரவில் வழி தவறாமல் இருக்கவும் அது மிகவும் பயன்பட்டது.

அதனால் என் வாழ்க்கையில் செயல் நோக்குடைய ஏராளமான மனிதர்களோடு நிறையத் தொடர்புகள் ஏற்படுத்திக்கொண்டிருக்கிறேன். பெரிய மனிதர்களுடன் நான் நெருங்கிப் பழகியதும் உண்டு. அவர்களை மிக அருகில் கவனித்திருக்கிறேன். ஆயினும் அவர்களைப் பற்றிய என்னுடைய எண்ணம் மாறவில்லை.

அவர்களில் சற்றுத் தெளிவானவராகத் தோன்றியவரைப் பார்க்கும்போது நான் பத்திரமாக வைத்திருந்த முதல் படத்தைக் காட்டிச் சோதித்துப் பார்த்தேன். அவருக்காவது அது விளங்குகிறதா என்று தெரிந்துகொள்ள விரும்பினேன். ஆனால், அவரும்கூட அது ஒரு 'தொப்பி' என்றுதான் சொன்னார். அதனால் அவரிடம் மலைப்பாம்புகள் பற்றியோ, ஆள் நடமாட்டம் இல்லாத காடுகள் பற்றியோ, விண்மீன்கள் பற்றியோ பேசவில்லை. அவருக்குப் புரியக்கூடிய பிரிட்ஜ், கோல்ஃப், அரசியல், அவர்கள் அணியும் ஆடைகள் போன்றவற்றைப் பற்றியெல்லாம் பேசினேன். அந்தப் பெரிய மனிதரும் அறிவுக் கூர்மையுள்ள ஒருவருடன் பேசுவதாக நினைத்து மகிழ்ந்தார்.

2

இப்படியாக, நான் யாருடனும் மனம்விட்டுப் பேசமுடியாமல் தனிமையில் வாழ்ந்துகொண்டிருந்தேன் – ஆறுவருடங்களுக்கு முன் என் விமானம் பழுதடைந்து சகாரா பாலைவனத்தில் இறங்கும்வரை. அப்போது என்னுடன் பழுது பார்க்கும் பணியாளர் இல்லை. பயணிகள் இல்லை. எனவே, நானே மிகவும் கடினமான பழுதுபார்ப்பு வேலையைத் தொடங்கினேன். அது எனக்கு வாழ்வா சாவா என்னும் பிரச்சினையாகிவிட்டது. என்னிடம் இருந்த தண்ணீர் எட்டு நாளைக்குக்கூடத் தாக்குப் பிடிக்குமா என்பது சந்தேகம்.

முதல் நாள் இரவு, மக்கள் வசிக்கும் இடத்திலிருந்து ஆயிரம் மைல்களுக்கு அப்பால், மணல்மீது படுத்து உறங்கினேன். பெருங்கடல் நடுவே ஒரு விபத்து நிகழ்ந்து, அதனால் ஒரு மிதவையில் தத்தளிக்கும் பயணியைவிட அதிகத் தனிமையில் தள்ளப்பட்டிருந்தேன். இந்நிலையில், விடியலின்போது ஏதோ வினோதமான சின்னக் குரல் ஒன்று என்னைத் தட்டி எழுப்பினால் அது எனக்கு எவ்வளவு வியப்பாக இருந்திருக்கும் என்று கற்பனை செய்துபாருங்கள்.

“எனக்கு ஒரு ஆட்டின் படம் வரைந்துகொடேன்” என்றது அந்தக் குரல்.

“என்ன ?”

“ஆட்டின் படம் வரைந்துகொடு.”

இடி தாக்கியதுபோல் துள்ளிக் குதித்தேன். கண்களைக் கசக்கிவிட்டு நன்றாகப் பார்த்தேன். அங்கு ஒரு அற்புதமான சின்னஞ்சிறுவன் நின்றுகொண்டு, என்னைக் கண்கொட்டாமல் பார்த்துக்கொண்டிருந்தான். கவனித்துப் பார்த்தேன். அந்த அசாதாரணச் சிறுவன் என்னையே உற்றுப் பார்த்துக்கொண்டிருந்தான். அவன் படத்தை இப்படித்தான் என்னால் பிறகு வரைய முடிந்தது. ஆனால் என் படம் அசல் அளவுக்கு அழகாக வரவில்லை. அது என்னுடைய தவறல்ல. ஒரு ஓவியனாக வர வேண்டும் என்ற என் நோக்கத்தை ஆறு வயதிலேயே பெரியவர்கள் வலுவிழக்கச் செய்துவிட்டார்கள். மூடிவைக்கப்பட்ட மலைப் பாம்புகளையும், மூடாமல் விட்டிருந்த மலைப்பாம்புகளையும் தவிர வேறொன்றையும் வரைய நான் கற்றுக்கொள்ளவில்லை.

வியப்பு மிகுதியால் கண்களை அகல விரித்து இப்போது என் முன்னே திடீரெனத் தோன்றி நிற்பவனைப் பார்த்தேன். நான் இருந்த இடம் மனித நடமாட்டமுள்ள இடங்களிலிருந்து ஆயிரம் மைல்களுக்கு அப்பால் இருந்தது என்பதை மறந்துவிடாதீர்கள். அவனைப் பார்த்தாலும் எங்கு போவதென்று தெரியாமல் பாலைவனத்தில் அலைபவனாகவோ அச்சம் நிறைந்தவனாகவோ, சோர்வுற்றவனாகவோ, பசி, தாகம் ஆகியவற்றால் பாதிக்கப்பட்டவனாகவோ தோன்றவில்லை. மனித நடமாட்டமுள்ள இடங்களிலிருந்து ஆயிரம் மைல்களுக்கு அப்பால் ஒரு பாலைவனத்தில் வழி தவறிவிட்டவன்போலவும் தெரியவில்லை. ஒருவாறாக அவனுடன் பேசும் அளவுக்கு என்னிடம் சக்தி வந்தபோது அவனிடம்,

"சரி... நீ எதற்கு இங்கு வந்திருக்கிறாய்?" என்று கேட்டேன்.

பதிலுக்கு அவன் ஏதோ முக்கியமான ஒன்றைக் கேட்பதுபோல் திரும்பவும், "எனக்கு ஆட்டின் படம் வரைந்து தாயேன்" என்று மெதுவாகக் கேட்டான்.

என்ன ஏதென்றே தெரியாமல் நாம் திகைத்துக் கொண்டிருக்கும்போது மறுத்துச் சொல்லத் துணிவு வராது. மனித நடமாட்டம் உள்ள இடத்திலிருந்து ஆயிரம் மைல்களுக்கு அப்பால், மரணத்தின் வாசலில் நின்றுகொண்டிருந்த எனக்கு இது அபத்தமாகத் தோன்றினாலும், என் சட்டைப் பையிலிருந்து ஒரு தாளையும் மைப்பேனாவையும் எடுத்தேன். ஆனால், அப்போது எனக்கு நாம் புவியியல், வரலாறு, கணிதம், இலக்கணம் இவற்றைத்தானே படித்தோம் என்பது நினைவுக்கு வந்தது. அந்தப் பையனிடம் சற்று எரிச்சலோடு எனக்குப் படமெல்லாம் ஒன்றும் வரையத் தெரியாது என்றேன். அதற்கு அவன் "பரவாயில்லை. எனக்கு ஒரு ஆடு வரைந்துகொடு" என்றான்.

இதுவரை நான் ஆட்டின் படம் வரைந்ததில்லை. அவனுக்காக மீண்டும் என்னால் முடிந்தவரையில் ஒரு படத்தை – அதாவது நான் முன்பு வரைந்ததுபோல் ஒரு மலைப்பாம்பின் படத்தை – வரைந்து காட்டினேன். அச்சிறுவன் சொன்ன பதில் என்னை வியக்கவைத்தது.

"வேண்டாம். யானையை வயிற்றில் வைத்திருக்கும் இந்தப் பாம்பின் படம் எனக்கு வேண்டாம். மலைப்பாம்பு ஆபத்தானது. யானை இடத்தை அடைத்துக்கொள்ளும். நான் இருக்குமிடம் சின்னது. ஆகவே, எனக்கு வேண்டியது ஆடுதான். அதை வரைந்துகொடு போதும்."

நான் மீண்டும் வரைந்தேன்.

என்னைக் கண்கொட்டாமல் பார்த்துவிட்டு, "இது வேண்டாம். மிகவும் நோய்வாய்ப்பட்டதுபோல இருக்கிறது. வேறொன்று வரைந்துகொடு" என்றான்.

நான் வரைந்தேன். அப்போது அவன் முகத்தில் மெல்லிய புன்னகை. அவன் பரிவோடு சொன்னான்:

"நன்றாகப் பார்... இது ஆடு இல்லை. ஆட்டுக்கிடா. இதற்குக் கொம்புகள் இருக்கின்றன..."

ஆகவே, மீண்டும் ஒருமுறை வரைந்தேன்.

ஆனால், மற்றவற்றைப் போலவே அதையும் நிராகரித்தான்.

"நீ வரைந்திருப்பது மிகவும் வயதான ஆடு. எனக்கு நீண்டநாள் வாழக்கூடிய ஆடுதான் வேண்டும்."

இதற்கு மேலும் எனக்குப் பொறுமையில்லை. விமானத்தின் எஞ்சினைக் கழற்றும் அவசரம் வேறு. எனவே, கீழேயுள்ள படத்தைக் கிறுக்கிக் கொடுத்தேன்.

ஆந்துவான் த சேந்தெக்ஸுபெரி

அவன் படத்தை இப்படித்தான் என்னால் பிறகு வரைய முடிந்தது.

"இது ஆடு இருக்கும் பெட்டி. நீ கேட்ட ஆடு இதற்குள்தான் இருக்கிறது" என்று சொன்னேன்.

அப்போது அந்தச் சின்னஞ்சிறு நீதிபதி முகத்தில் தோன்றிய பிரகாசத்தைப் பார்த்து எனக்கு வியப்பு.

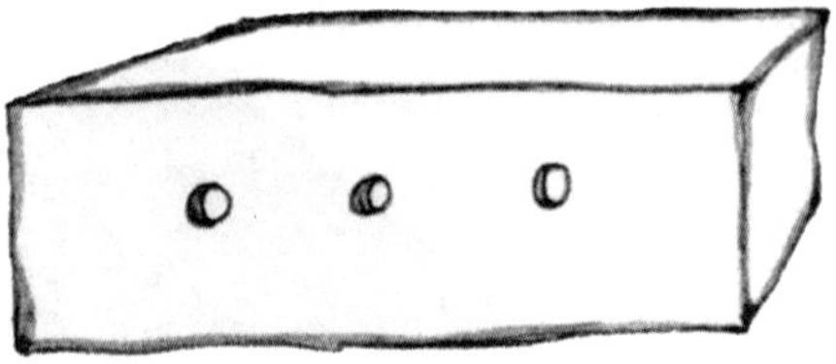

"இப்படித்தான் எனக்கு வேண்டுமென்று சொன்னேன். இந்த ஆட்டுக்கு நிறைய புல் வைக்க வேண்டியிருக்குமோ" என்று கேட்டான்.

"ஏன் அப்படிக் கேட்கிறாய்?"

"ஏனென்றால், நான் இருக்குமிடம் சின்னது."

"அப்படியென்றால், இது நிச்சயமாகச் சரியாக இருக்கும். நான் உனக்கு மிகவும் சின்ன ஆடுதான் கொடுத்திருக்கிறேன்."

படத்தின் மீது தலைசாய்த்துப் பார்த்தான்.

"அவ்வளவு சின்ன ஆடு இல்லை . . . பார். அதற்குள் அது தூங்கிவிட்டது."

இப்படித்தான் நான் அந்தச் சின்னஞ்சிறு இளவரசனிடம் அறிமுகமானேன்.

3

அவன் எங்கிருந்து வந்தான் என்று தெரிந்து கொள்ள எனக்கு ரொம்ப நேரம் ஆனது. என்னிடம் ஏகப்பட்ட கேள்விகளைக் கேட்ட அந்தச் சிறுவன், நான் கேட்ட கேள்விகளைப் புரிந்துகொண்டதாகத் தெரியவில்லை. யதேச்சையாக அவன் சொன்ன வார்த்தைகளிலிருந்தான் எனக்கு எல்லாம் கொஞ்சம் கொஞ்சமாகத் தெரிய வந்தது. என் விமானத்தை முதல் தடவையாகப் பார்த்துவிட்டு (என் விமானத்தை நான் வரையப் போவதில்லை. அது மிகவும் சிக்கலான வேலை) அவன் கேட்டான்:

"ஏதோ ஒன்று நம் முன் இருக்கிறதே, அது என்ன ?"

"அது ஏதோ ஒன்றல்ல. அது பறக்கும். அது விமானம். என்னுடைய விமானம்."

நான் பறப்பேன் என்று பெருமையாகச் சொல்லிக் கொண்டேன். அப்போது அவன் வியப்போடு கேட்டான்:

"என்ன சொல்கிறாய்! நீ என்ன வானத்திலிருந்து குதித்து வந்தாயா !"

"ஆமாம்" என்று தன்னடக்கத்துடன் சொன்னேன்.

"ஆகா, என்ன வேடிக்கை!"

அப்போது அவன் மிகவும் அழகான வெடிச்சிரிப்பு ஒன்றை உதிர்த்தான். அது எனக்கு எரிச்சலாக இருந்தது. நான் சொல்வதை யாரும் விளையாட்டாக எடுத்துக்கொள்வது எனக்குப் பிடிக்காது.

அவன் கேட்டான்:

"அப்படியென்றால், நீயும் வானத்திலிருந்துதான் வருகிறாய்! எந்த கிரகத்திலிருந்து வந்திருக்கிறாய்?"

திடீரென, அவன் ஏன் அங்கே இருந்தான் என்ற மர்மம் கொஞ்சம் விலகியது. "நீ வேறொரு கிரகத்திலிருந்து வந்திருக்கிறாயா?" என்று கேட்டேன்,

அவன் பதில் சொல்லவில்லை. என் விமானத்தைப் பார்த்துக்கொண்டே மெல்லத் தலையசைத்தான்:

"ஆமாம். இதைப் பார்த்தால் நீ வெகுதூரத்திலிருந்து வந்திருக்க முடியாதுதான்..."

அத்துடன் அவன் நீண்டதொரு கனவில் மூழ்கிவிட்டான். பிறகு, நான் வரைந்து கொடுத்ததைத் தன் சட்டைப் பையிலிருந்து வெளியிலெடுத்துத் தனக்குக் கிடைத்த அந்தப் பொக்கிஷத்தை உற்றுப் பார்த்துக்கொண்டிருந்தான்.

'கிரகங்கள்' பற்றி அவன் சொன்ன அரைகுறை உண்மை என்னை எவ்வளவு குழப்பத்தில் ஆழ்த்தியிருக்கும் என்பதைப் புரிந்துகொண்டிருப்பீர்கள். ஆகவே, அதுபற்றி மேற்கொண்டு விவரங்கள் கேட்க முயன்றேன்.

"சின்னப் பையா, நீ எங்கிருந்து வருகிறாய்? உன் வீடு எங்கிருக்கிறது? என்னுடைய ஆட்டை எங்குக் கொண்டுசெல்லப் போகிறாய்?"

சிறிது நேரம் மௌனமாக யோசித்துவிட்டுப் பதில் சொன்னான்:

"இதில் நல்ல விஷயம் என்னவென்றால், நீ கொடுத்த இந்தப் பெட்டி இரவில் ஆட்டுக்கு ஒரு கொட்டிலாகவும் பயன்படும்."

"நிச்சயமாக. நீ அதை நேசிப்பதாக இருந்தால், ஆட்டைப் பகல் வேளையில் கட்டிப்போடுவதற்கு ஒரு கயிறையும் முளைக்குச்சியையும்கூடக் கொடுப்பேன்."

நான் சொன்னது இளவரசனுக்கு அதிர்ச்சியாக இருந்திருக்கும் போலிருந்தது.

"கட்டிப்போடுவதா? என்ன விசித்திரமான எண்ணம்?"

"கட்டிப்போடாவிட்டால் அது எங்காவது போய், காணாமல் போய்விடும்."

அவன் மீண்டுமொரு முறை பலமாகச் சிரித்தான்.

"அது எங்கே போய்விடுமென்று நினைக்கிறாய்?"

"எங்காவது. நேரெதிர் திசையில் போய்விட்டால்."

அப்போது இளவரசன் சற்று இறுக்கமான முகத்தோடு,

“பரவாயில்லை. நான் வசிக்கும் இடம் ரொம்பச் சின்ன இடம்தான்” என்றான்.

பின்னர் சற்றுக் கவலையோடு சொன்னான்:

“நேரெதிர்த் திசையில் வெகுதூரம் போக முடியாது.”

4

இப்படித்தான், அவனைப் பற்றிய இரண்டாவது மிக முக்கியமான தகவல் எனக்குக் கிடைத்தது. அவனுடைய பூர்வீக கிரகம் ஒரு வீட்டைவிட அதிகப் பெரிதாக இல்லை என்பதுதான் அது.

அதனால் நான் பெரிதாக வியப்படைந்துவிடவில்லை. காரணம் பூமி, வியாழன், செவ்வாய், வெள்ளி போன்ற பெயரிடப்பட்ட பெரிய கிரகங்களைத் தவிர, தொலைநோக்கிகளுக்குப் புலப்படாத சிறு சிறு கிரகங்கள் நூற்றுக் கணக்கில் இருக்கின்றன என்பது எனக்கு நன்றாகத் தெரியும். அப்படிப்பட்ட கிரகம் ஒன்றை ஒரு வானவியல் அறிஞன் கண்டுபிடித்துவிட்டால், அதற்கு ஒரு எண் கொடுத்துவிடுவது வழக்கம். எடுத்துக் காட்டாக, “குட்டிக் கிரகம் *325*”.

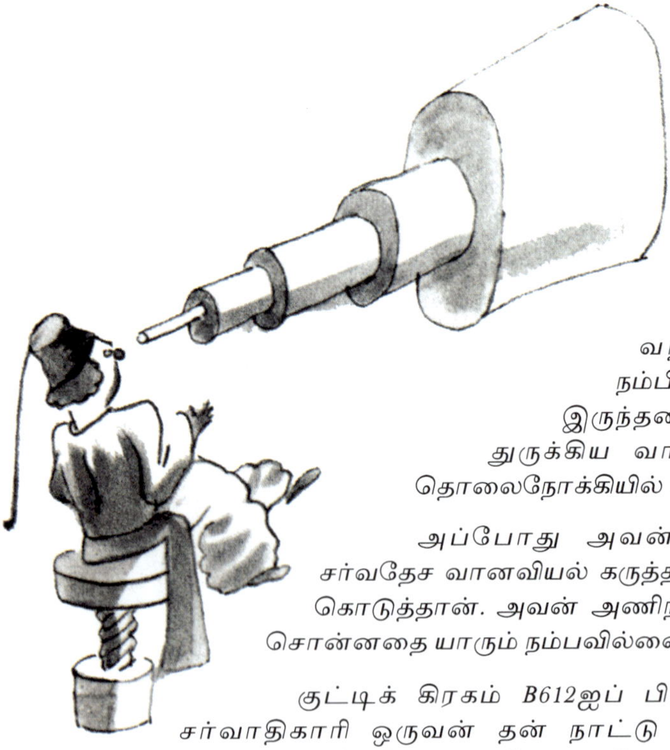

குட்டிக் கிரகம் *B612*இலிருந்து தான், அச்சின்னஞ்சிறு இளவரசன் வந்திருக்க வேண்டுமென்று நான் நம்பியதற்குச் சில வலுவான காரணங்கள் இருந்தன. அந்தக் கிரகம் *1909*ஆம் ஆண்டு துருக்கிய வானவியல் அறிஞன் ஒருவனுக்குத் தொலைநோக்கியில் ஒரே ஒரு தடவை தென்பட்டது.

அப்போது அவன் தனது கண்டுபிடிப்பைப் பற்றி சர்வதேச வானவியல் கருத்தரங்கம் ஒன்றில் ஒரு நீண்ட விளக்கம் கொடுத்தான். அவன் அணிந்திருந்த ஆடையைப் பார்த்து, அவன் சொன்னதை யாரும் நம்பவில்லை. பெரிய மனிதர்களே அப்படித்தான்.

குட்டிக் கிரகம் *B612*ஐப் பிரபலப்படுத்துவதற்காகத் துருக்கிய சர்வாதிகாரி ஒருவன் தன் நாட்டு மக்கள் அனைவரும் ஐரோப்பிய உடை உடுத்திக்கொள்ள வேண்டுமென்றும், தவறினால் மரண தண்டனை விதிக்கப்படும் என்றும் ஆணை பிறப்பித்துவிட்டான். *1920*ஆம் ஆண்டு, அந்த

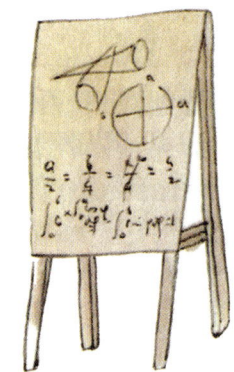

வானவியல் அறிஞன் மிகவும் சொகுசான உடையணிந்து கொண்டு மீண்டுமொரு முறை செயல் விளக்கம் தந்தான். இந்தத் தடவை அவன் கருத்தை அனைவரும் ஏற்றுக் கொண்டார்கள்.

அக் குட்டிக் கிரகத்தைப் பற்றிய விவரங்களையும், அதன் எண்ணையும் நான் கொடுத்தது பெரிய மனிதர்களுக்காகத்தான். பெரியவர்களுக்கு எண்கள் என்றால் பிடிக்கும். புதிதாக ஒரு நண்பனைப் பற்றிப் பேசினால், அவசியமானதைப் பற்றி அவர்கள் கேட்க மாட்டார்கள். அவனுடைய குரல்எப்படி இருக்கும், அவனுக்கு என்ன விளையாட்டுகள் பிடிக்கும், அவன் தபால் தலை சேகரிப்பவனா என்றெல்லாம் கேட்க மாட்டார்கள். அவனுக்கு எத்தனை வயது, அவனுக்கு எத்தனை சகோதர்கள் என்று கேட்பார்கள். அவனுடைய எடை எவ்வளவு என்று கேட்பார்கள். அவனுடைய அப்பா எவ்வளவு சம்பாதிக்கிறார் என்று கேட்பார்கள். அப்போதுதான் அவர்கள் அவனை நம்புவார்கள். “நான் இளஞ்சிவப்புக் கற்களால் கட்டப்பட்ட அழகான வீட்டைப் பார்த்தேன். அதன் சன்னல்களில் ஜெரானியம் மலர்கள் பூத்துக் குலுங்கின. கூரைமீது புறாக்கள் வட்டமிட்டன” என்று பெரியவர்களிடம் சொல்லிப்பாருங்கள். அவர்களால் அதனைக் கற்பனை செய்துபார்க்க முடியாது. அவர்களிடம், “நான் ஒரு லட்சம் ஃபிரான் விலையில் ஒரு வீட்டைப் பார்த்தேன்” என்று சொல்ல வேண்டும். அப்போது அவர்கள் “எவ்வளவு அழகான வீடு” என்று புகழ்வார்கள்.

“அந்த இளவரசன் இருந்ததற்குச் சான்றாக – அவன் அழகாக இருந்தான், அவன் சிரித்தான், அவன் ஒரு ஆடு கேட்டான். ஆடு வேண்டுமென்று கேட்டது ஒருவன் இருந்ததற்கு அடையாளம்” என்று சொன்னால், அவர்கள் தோளை உயர்த்திவிட்டு, உங்களை அறிவில்லாதவன் என்று நினைப்பார்கள்! அதற்குப் பதில், “குட்டிக் கிரகம் B612இலிருந்து அவன் வந்திருக்கிறான்” என்று சொன்னால் உடனே அவர்கள் நம்பிவிடுவார்கள். உங்களிடம் வேறு கேள்விகள் கேட்டுத் தொந்தரவு செய்யாமல், உங்களை நிம்மதியாக இருக்க விடுவார்கள். அவர்கள் அப்படித்தான். அவர்கள் மீது

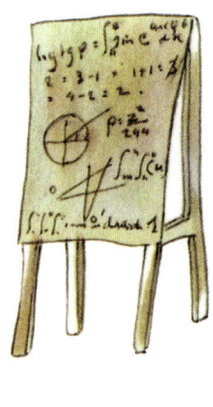

குட்டிக் கிரகம் B612இல் சின்னஞ்சிறு இளவரசன்

வருத்தப்படக் கூடாது. சிறியவர்கள் பெரியவர்களிடம் நிறைய சகிப்புத் தன்மை காட்ட வேண்டும்.

ஆனால், வாழ்க்கையைப் புரிந்துகொண்ட நமக்கு எண்கள் ஒரு பொருட்டல்ல. நான் இந்தக் கதையை நாட்டுப்புறக் கதைகள்போல் தொடங்கியிருக்கலாம்:

“முன்னொரு காலத்தில் ஒரு சின்னஞ்சிறு இளவரசன் இருந்தான். அவன் வசித்த இடம் அளவில் அவனைவிட அதிகப் பெரிதாக இல்லை. அவனுக்கு ஒரு நண்பன் தேவைப்பட்டான் ...” இவ்வாறு சொல்லியிருப்பேன். வாழ்க்கையைப் புரிந்துகொண்டவர்களுக்கு அது மேலும் நிஜமாகத் தோன்றியிருக்கும்.

ஏனென்றால், என் புத்தகத்தை வாசிப்பவர்கள் அதை மேம்போக்காகப் படிப்பதில் எனக்கு விருப்பமில்லை. எனக்குப் பழைய நினைவுகளைப் பகிர்ந்து கொள்வது வேதனையாக இருக்கிறது. என் நண்பன் தன்னுடைய ஆட்டோடு கிளம்பிப் போய் ஆறு வருடமாகிறது. அவனை மறக்காமலிருப்பதற்குத்தான் அவனைப் பற்றி இங்கு பேசுகிறேன். நண்பனை மறப்பதென்பது கவலையாகத்தான் இருக்கும். எல்லோருக்கும் நண்பன் கிடைப்பதில்லை. எண்ணிக்கை மீதே குறியாக இருக்கும் பெரிய மனிதர்களைப் போல் நானும் மாறிவிடக்கூடும். அப்படி மாறாமல் இருக்கத்தான் நான் ஒரு வர்ணப் பெட்டியும் கிரயான்களும் வாங்கினேன். ஆறு வயதில், மூடிவைத்த ஒரு மலைப்பாம்பையும், திறந்து வைத்த ஒரு மலைப்பாம்பையும் வரைந்துவிட்டுப் பிறகு வேறெதையும் வரைய முயற்சிக்காத எனக்கு, மீண்டும் இந்த வயதில் படம் வரைய முயல்வது சிரமம்தான். நான் தத்ரூபமான உருவப்படங்கள் வரைய முயற்சிப்பேன் என்பது நிச்சயம். ஆனால், அதில் வெற்றி பெறுவேன் என்று நிச்சயமாகச் சொல்ல முடியாது. ஒன்று சரியாக அமையும். அடுத்தது சரியாக அமையாது. அளவில் கொஞ்சம் தவறு செய்துவிடுகிறேன். ஒன்றில் அந்தச் சிறுவன் அதிக உயரமாக இருக்கிறான். மற்றொன்றில் அவன் மிகவும் குள்ளமாக இருக்கிறான். அவன் உடுத்தியிருந்த ஆடையின் நிறத்திலும் சந்தேகம் இருந்தது. இப்படியும் அப்படியும் தடுமாறினேன். இன்னும் சில முக்கிய இடங்களிலும் தவறு ஏற்பட்டது. ஆனால், அதற்கெல்லாம் நான் பொறுப்பல்ல. என் நண்பன் எப்போதும் எந்த விளக்கமும் கொடுத்ததில்லை. ஒரு விதத்தில் அவனைப் போலவே நானும் இருந்தேன் என்று நினைத்தான் போலிருக்கிறது. ஆனால், பெட்டிக்குள் ஆடு இருப்பதைப் பார்க்க முடியாது. ஒருவிதத்தில் நான் கொஞ்சம் பெரியவர்கள்போல் இருந்தேனோ? எனக்கும் வயதாகிறது அல்லவா?

5

ஒவ்வொரு நாளும் எங்கள் உரையாடலின்போது கொஞ்சம் கொஞ்சமாக அவன் கிரகத்தைப் பற்றியும், அவன் அதை விட்டுப் புறப்பட்டது பற்றியும் அவன் பயணம் பற்றியும் எனக்குத் தெரியவந்தது. அவன் பேச்சிலிருந்தே மெல்ல மெல்ல இந்தத் தகவல்களெல்லாம் கசிந்தன. இவ்வாறுதான் மூன்றாவது நாள் ‘பவோபாப்’ மரங்களுக்கு நேர்ந்த பேரழிவைப் பற்றித் தெரிந்துகொண்டேன்.

இதுவும் ஆடு பற்றிப் பேசும்போதுதான் தெரியவந்தது. ஏனெனில், இளவரசன், ஒருநாள் திடீரென ஏதோ ஒரு சந்தேகம் வந்துவிட்டதுபோல் கேட்டான்:

“ஆடுகள் செடிகளை மேய்ந்துவிடும் இல்லையா?”

“ஆமாம்.”

“எனக்கு மகிழ்ச்சிதான்!”

ஆடுகள் செடிகளை மேய்வது ஏன் அவ்வளவு முக்கியமான விஷயம் என்பது எனக்குப் புரியவில்லை. அவன் தொடர்ந்து சொன்னான்:

“ஆகைவே, அவை பவோபாப் செடிகளையும் தின்றுவிடும் அல்லவா?”

சிறுவனுக்கு ஒரு விளக்கம் கொடுத்தேன்: பவோபாப் ஒரு செடியல்ல. அது ஒரு தேவாலயம் உயரத்துக்குப் பெரிதாக இருக்கும். யானைகள் கூட்டமாகச் சென்று மேய்ந்தாலும்கூட ஒரு மரத்தை முழுதாகத் தின்றுதீர்க்க முடியாது.

‘யானைக் கூட்டம்’ என்றதும் அவன் கலகல வென்று சிரித்தான். “ஒன்றன் மீது ஒன்றை ஏற வைத்துத்தான் யானைகளை அழைத்துச் செல்ல வேண்டி யிருக்கும்...” என்றான்.

ஆனால், அவன் புத்திசாலித்தனமாக ஒன்றைக் குறிப்பிட்டான்:

“பவோபாப் மரம் வளர்ந்து பெரிதாவதற்கு முன் செடியாகத்தானே இருந்திருக்க வேண்டும்.”

“உண்மைதான். ஆனால், எதற்காக ஆடுகள் பவோபாப் செடிகளைத் தின்றுவிட வேண்டும் என்று நினைக்கிறாய்?”

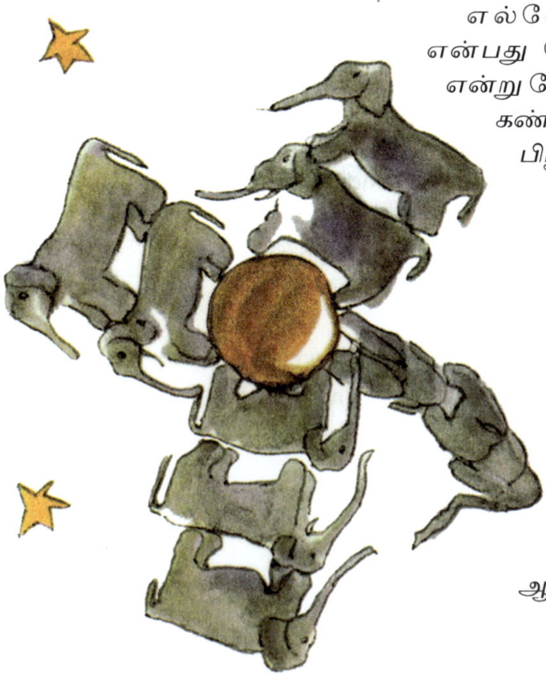

எல்லோருக்கும் தெரிந்த விஷயம்தானே என்பது போல் “என்ன? இது தெரியவில்லையா?” என்று கேட்டான். இந்தப் பிரச்சினையை நானாகவே கண்டுபிடிக்க அதிக நேரம் மூளையைக் கசக்கிப் பிழிய வேண்டியிருந்தது.

எல்லா கிரகங்களைப் போலவே, அந்த இளவரசன் வாழும் கிரகத்திலும் நல்ல தாவரங்களும் இருந்தன; கெட்ட தாவரங்களும் இருந்தன. நல்ல தாவரங்கள் மூலம் நல்ல விதைகளும் கெட்ட தாவரங்கள் மூலம் கெட்ட விதைகளும் கிடைத்தன. ஆனால், விதைகள் கண்ணுக்குத் தெரிவதில்லை. அவை பூமிக்குள் இரகசியமாகத் தூங்கிக் கொண்டிருக்கும். அப்போது ஏதாவதொரு விதைக்கு விழித்துக்கொள்ளும் ஆசை ஏற்படுகிறது. அது எழுந்து சோம்பல்

முறித்து எழும். மெல்ல மெல்ல யாருக்கும் தீங்கு செய்யாத அழகான சிறு தண்டு ஒன்று தன் கிளையைச் சூரிய வெளிச்சத்தில் முளைவிடச் செய்யும். அது முள்ளங்கி அல்லது ரோஜாச் செடியாக இருந்தால், அதன் விருப்பப்படியே வளரட்டும் என்று விட்டுவிடலாம். அது கெட்ட தாவரம் என்று தெரிந்துவிட்டால், உடனே அதைக் கிள்ளி எறிந்துவிட வேண்டும். இப்போது பிரச்சினை என்னவென்றால், அந்த இளவரசனின் கிரகத்தில் பயங்கரமான விதைகள் இருந்தன. அந்தக் கிரகத்தின் இடப்பரப்பு அந்த விதைகளால் பாதிக்கப்பட்டிருந்தது. காலம் தாழ்ந்து ஒரு பவோபாப் மரத்தை அகற்ற முயன்றால் தோல்விதான் மிஞ்சும். கிரகம் முழுவதையும் அது அடைத்துக்கொள்ளும். எங்கும் வேர் விட்டுவிடும். கிரகம் சின்னதாக இருந்து பவோபாப் மரங்கள் அதிக அளவில் பெருகிவிட்டால் அவை கிரகத்தை வெடித்துச் சிதறச் செய்துவிடும்.

"அது ஒழுங்கு நடைமுறை சார்ந்த விஷயம்" என்று பிறகு அவன் எனக்கு விளக்கினான். "காலைக் கடன்கள் முடித்ததும், கிரகத்தைக் கவனமாகத் துடைத்துச் சுத்தம்செய்ய வேண்டும். பவோபாப் செடிகள் கண்ணில் பட்டால் நாள் தவறாமல் அவற்றைக் களைந்தெறிய வேண்டும். அவை ரோஜாச் செடியோடு கலந்திருக்கும். செடிகளாக இருக்கும்போது ரோஜாச் செடிகள் போலவே இருக்கும். அந்த வேலை மிகவும் சோர்வடையச் செய்யும். ஆனால், சுலபமானது."

பவோபாப் மரங்கள்

ஒருநாள் அவன் அழகானப் படம் ஒன்று வரையச் சொன்னான். என் நாட்டுக் குழந்தைகளுக்கு மனதில் பதியும்படி அது இருக்க வேண்டும் என்றான். "எப்போதாவது அவர்கள் பயணம் மேற்கொண்டால் அது அவர்களுக்குப் பயனுள்ள தாக இருக்கும்" என்றான். "சில சமயம், வேலையைத் தள்ளிப்போட்டால் குடிமுழுகிப் போய்விடாது என்று நினைத்துவிடுவோம். ஆனால், பவோபாப் செடிகள் விஷயத்தில், அப்படிச் செய்வது பெரும் சேதத்தில் போய் முடியும். ஒரு சோம்பேறி வசிக்கும் கிரகம் ஒன்றைப் பற்றி எனக்குத் தெரியும். அவன் மூன்று செடிகளை வளரவிட்டுவிட்டான்..."

அந்த இளவரசன் கொடுத்த ஆலோசனைகளைப் பின்பற்றி அந்தக் கிரகத்தை வரைந்தேன். எனக்கு நீதி சொல்வது பிடிக்காது. ஆனால், ஒரு சிறு கிரகத்துக்கு, பவோபாப் மரங்களால் வரும் ஆபத்து பற்றிப் பலருக்குத் தெரியாது. ஆகையால், இந்தத் தடவை மட்டும் விதிவிலக்காக என் மௌனத்தைக் கலைத்தேன். "குழந்தைகளா, பவோபாப் விஷயத்தில் கவனமாக இருங்கள்" என்றேன். என்னைப் போலவே அதுபற்றித் தெரியாமல் வெகு காலமாக ஆபத்தை நெருங்கிக்கொண்டிருக்கும் நண்பர்களை எச்சரிப்பதற்காகவே அந்தப் படத்தைக் கண்ணும் கருத்துமாக வரைந்தேன். நான் சொல்லவந்த செய்திக்கு அது தேவையானதுதான். ஒருவேளை, "இந்தப் புத்தகத்தில், பவோபாப் மரத்தின் படம்போல் அவ்வளவு பெரிய படம் எதுவும் இல்லாததற்குக் காரணம் என்ன?" என்று நீங்கள் கேட்கலாம். பதிலை எளிதாகச் சொல்லிவிடலாம். முயன்றுபார்த்தேன், முடியவில்லை. பவோபாப் மரம் வரையும்போது என்னையும் அறியாமல் மனதில் அவசர உணர்வு ஏற்பட்டுவிடுகிறது.

6

ஆகா, என் சின்னஞ்சிறு இளவரசனே, கொஞ்சம் கொஞ்சமாக உன் சோக வாழ்க்கையின் ரகசியங்களைப் புரிந்துகொண்டேன். வெகுநாட்களாகவே உனக்கிருந்த பொழுதுபோக்கு சூரிய அஸ்தமனத்தின் இனிமையை ரசிப்பதுதான். நான்காவது நாள் காலையில் நீ, "எனக்கு சூரிய அஸ்தமனம் மிகவும் பிடிக்கும். சூரிய அஸ்தமனத்தைப் போய்ப் பார்ப்போம்" என்று சொன்னபோது இந்தப் புதிய தகவலைத் தெரிந்துகொண்டேன்.

"அதற்குக் காத்திருக்க வேண்டும்."

"எதற்கு?"

"சூரிய அஸ்தமனத்திற்கு."

நீ அதைக் கேட்டதும் முதலில் அதிர்ச்சியடைந்தது போலிருந்தது. பிறகு, நீ உன்னை எண்ணியே சிரித்தாய்.

"நான் எப்போதும் என்னுடைய இடத்திலேயே இருப்பதாக நினைத்துக்கொள்கிறேன்" என்று சொன்னாய்.

சரியாகத்தான் சொன்னாய். அமெரிக்காவில் உச்சிவேளை யென்றால், பிரான்சில் சூரியன் மறையும் என்று எல்லோருக்கும் தெரியும். இன்னும் ஒரே நிமிடத்தில் பிரான்சுக்குச் செல்ல முடிந்தால் சூரியன் மறைவதைப் பார்க்கலாம். துரதிர்ஷ்டவசமாக, பிரான்சு நாடு வெகுதூரத்தில் இருக்கிறது. ஆனால், உன் சின்னஞ்சிறிய கிரகத்திலோ, நாற்காலியைச் சற்று இழுத்துப் போட்டால் போதும். எப்போது விரும்பினாலும் நீ இரவு சூழும் நேரத்தைப் பார்க்கலாம்...

"ஒருநாள் நான் சூரியன் மறைவதை நாற்பத்து நான்கு தடவை பார்த்தேன்."

சற்று நேரம் கழித்து நீ சொன்னாய்:

"உனக்கு ஒன்று தெரியுமா ... கவலை அதிகமாக இருக்கும் போது சூரியன் மறைவதைப் பார்ப்பதற்குப் பிடிக்கும்."

"நீ அதை நாற்பத்து நான்கு தடவை பார்த்த அன்று அவ்வளவு கவலையாகவா இருந்தாய்?"

அவன் பதில் சொல்லவில்லை.

7

ஐந்தாவது நாள், ஆட்டைப் பற்றிப் பேசும்போது இளவரசனின் வாழ்க்கையில் மறைந்திருந்த இன்னொரு ரகசியமும் வெளிப்பட்டது. திடீரென்று, எந்தப் பீடிகையும் இல்லாமல், ஏதோ நீண்ட நேரம் சிந்தித்துப் பார்த்துவிட்டுக் கேட்டதுபோல் அவன், “ஆடு செடிகளை மேயும் என்றால், மலர்களையும் மேய்ந்துவிடுமா?” என்று கேட்டான்.

“ஆடு எதைக் கண்டாலும் மேய்ந்துவிடும்.”

“முள்ளோடு கூடிய மலர்களையுமா?”

“ஆமாம், முள்ளோடு கூடிய மலர்களையும்தான்.”

“அப்படியென்றால், முட்களின் பயன் என்ன?”

எனக்குத் தெரியவில்லை. அந்தச் சமயத்தில், நான் என்னுடைய விமான இயந்திரத்தில் இறுக்கமாக முடுக்கப்பட்டிருந்த ஒரு மரையைத் தளர்த்தும் கடினமான பணியில் ஈடுபட்டிருந்தேன். எனக்குக் கவலை அதிகமாகிவிட்டது. ஏனென்றால், என் விமானத்தில் ஏற்பட்டிருந்த கோளாறு மிகவும் ஆபத்தானதுபோல் தோன்ற ஆரம்பித்தது. குடிநீர் குறைவதால் நிலைமை மேலும் மோசமாகிவிடும் என்ற பயமும் தோன்றியது.

“முட்களின் பயன்தான் என்ன?”

ஒரு கேள்வியைக் கேட்டுவிட்டால் அந்தச் சின்னஞ்சிறு இளவரசன் அதை அப்படியே விட்டுவிட மாட்டான். இரும்பு மரையினால் கோபத்தில் இருந்த நான் எதோ ஒரு பதிலைச் சொன்னேன்:

“முட்களா? அவற்றால் எந்தப் பயனும் இல்லை. அவையெல்லாம் மலர்கள் செய்யும் அடாவடித்தனம்.”

“ஓ, அப்படியா?”

ஆனால், சிறிது மௌனத்திற்குப் பிறகு அவன் ஏதோ ஒரு வெறுப்புடன் பதில் சொன்னான்:

“நான் நம்ப மாட்டேன். மலர்களெல்லாம் பலவீனமானவை. கபடம் அற்றவை. துணிவை வரவழைத்துக்கொள்ள அவை எதை வேண்டுமானாலும் செய்யும். முட்களைக் கொண்டு பயமுறுத்திவிடலாம் என்று நினைத்துக்கொள்கின்றன.”

நான் பதிலெதுவும் சொல்லவில்லை.

‘இந்த இரும்பு மரை இன்னும் அடம்பிடித்தால், சுத்தியால் அடித்துத் தூக்கியெறிந்துவிடுவேன்’ என்று எனக்குள் சொல்லிக்கொண்டிருந்தேன். அவன் மீண்டும் என்னைச் சீண்டினான்.

“நீ நினைக்கிறாயா? மலர்கள் . . .”

“இல்லை, இல்லை. நான் ஒன்றும் நினைக்கவில்லை. ஏதோ ஒன்று சொல்ல வேண்டும் என்று சொன்னேன். நான் ஒரு முக்கியமான விஷயத்தில் ஈடுபட்டிருக்கிறேன்.”

“முக்கிய விஷயமா?”

கையில் சுத்தியோடும் விரல்களில் கறுப்பு மசியோடும் மிகவும் அருவருப்பான ஒரு பொருள்மீது நான் சாய்ந்துகொண்டிருப்பதைப் பார்த்தான்.

“நீ பெரிய மனிதர்கள்போல் பேசுகிறாய்!”

எனக்குச் சற்று வெட்கமாக இருந்தது. ஆனால், அவன் அதைப் பொருட்படுத்தாமல் பேசினான்:

“நீ எல்லாவற்றையும் குழப்பிக்கொள்கிறாய்.”

அவன் உண்மையில் மிகவும் எரிச்சலடைந்திருந்தான். தன் பொன்னிறத் தலைமுடி காற்றில் பறக்கும்படி உதறினான்.

“எனக்குத் தெரிந்த ஒரு கிரகத்தில் செக்கச் சிவந்த முகத்துடன் ஒருவர் இருந்தார். அவர் ஒரு பூவைக்கூட முகர்ந்து பார்த்ததில்லை. ஒரு விண்மீனைக்கூட வியந்து பார்த்ததில்லை. யாரையும் நேசித்ததில்லை. கூட்டல் கணக்கு போடுவதைத் தவிர அவர் வேறெதுவும் செய்ததில்லை. நாள் முழுவதும் அவர் உன்னைப் போலவே திருப்பித் திருப்பி ‘எனக்கு விளையாட்டெல்லாம் பிடிக்காது! எனக்கு விளையாட்டெல்லாம் பிடிக்காது!’ என்று சொல்லிக்கொண்டிருப்பார். அதனால் அவருக்குக் கர்வம் தலைக்கேறியது. ஆனால், அவர் ஒரு மனிதரல்ல. ஒரு காளான்!”

“என்ன சொன்னாய்?”

“ஒரு காளான்!”

இளவரசனின் முகம் கோபத்தினால் வெளுத்திருந்தது.

“கோடானுகோடி ஆண்டுகளாக மலர்கள் முட்களை உற்பத்தி செய்கின்றன. கோடானுகோடி ஆண்டுகளாக ஆடுகளும் மலர்களை மேய்ந்துகொண்டுதான் இருக்கின்றன. அப்படி இருக்கும்போது, மலர்கள் இவ்வளவு சிரமப்பட்டு எதற்கும் பயன்படாத முட்களை ஏன் உற்பத்தி செய்கின்றன என்று ஆராய்வது விளையாட்டுத் தனமாகுமா? ஆடுகளுக்கும் மலர்களுக்கும் இடையே நடக்கும் போர் முக்கியமானது இல்லையா? சிவப்பு நிற மனிதன் போட்டுக்கொண்டிருக்கும் கணக்குகளைவிட இது தீவிரமான, முக்கியமான பிரச்சினை இல்லையா? என்னுடைய கிரகத்தில் – என்னுடைய கிரகத்தைத் தவிர வேறெந்த கிரகத்திலுமில்லாத – குறிப்பாக, என்னிடம் மட்டுமே இருந்த ஒரு மலரை, ஒருநாள் காலை ஒரு சாதாரண ஆடு, தான் என்ன செய்கிறோம் என்று தெரியாமல் ஒரேயடியாக அழித்துவிடுகிறது, அது முக்கியமான பிரச்சினை இல்லை என்று நீ நினைக்கிறாயா?”

சற்று முகம் சிவக்க, அவன் தொடர்ந்தான்:

"கோடானுகோடி விண்மீன்களுக்கிடையே ஒரே ஒரு மலர் இருந்து, அதை ஒருவன் நேசித்தால், அவன் மகிழ்ச்சியடைவதற்கு அந்த விண்மீன்களைப் பார்த்தால் போதும். 'என்னுடைய மலர் எங்கோ ஓரிடத்தில் இருக்கிறது' என்று தனக்குள் சொல்லிக் கொள்வான். அந்த மலரை ஆடு தின்றுவிட்டால், திடீரென அவனுக்கு அத்தனை விண்மீன்களும் அணைந்துவிட்டதுபோல் தோன்றும்! அது முக்கியமான பிரச்சினை இல்லையா?"

அவனால் அதற்கு மேல் ஒன்றும் சொல்ல முடியவில்லை. திடீரென அழுகை பீறிட்டு வந்தது. இரவு சூழ்ந்தது. என்னுடைய கருவிகளை அப்புறப்படுத்தினேன். என்னுடைய மரை, சுத்தி, தாகம், மரணம் எல்லாம் பெரிதாகத் தோன்றவில்லை. ஒரு விண்மீனில், ஒரு கிரகத்தில், அதுவும் என்னுடைய பூமியில், சின்னஞ்சிறு இளவரசன் ஒருவன் இருந்தான்! அவனுக்கு ஆறுதல் அளிக்க வேண்டியதே முக்கியமாகப் பட்டது. அவனைக் கைகளால் அள்ளித் தாலாட்டினேன். "நீ நேசிக்கும் மலருக்கு எந்த ஆபத்தும் வராது... உன்னுடைய ஆட்டுக்கு ஒரு வாய்ப்பூட்டு வரைந்துவிடுகிறேன்," என்று சொன்னேன். "உன்னுடைய ஆட்டுக்கு ஒரு பாதுகாப்புக் கவசம் வரைந்து தருகிறேன்..." என்றும் சொன்னேன். அதற்குமேல் எனக்கு என்ன சொல்வதென்று தெரியவில்லை. எனக்கு மிகவும் சங்கடமாக இருந்தது. அவனை எப்படி, என்ன சொல்லித் தேற்றுவதென்றே புரியவில்லை. கண்ணீர் தேசம் மர்மதேசம்தான்.

8

வெகுவிரைவிலேயே அந்த மலரைப் பற்றிய கூடுதலான விவரங்கள் எனக்குக் கிடைத்துவிட்டன. இளவரசனின் கிரகத்தில் எப்போதுமே மிகவும் எளிமையான மலர்கள் மலர்ந்துகொண்டிருக்கும். இதழ்கள் ஒரே அடுக்கில் அமைந்தனவாக இருக்கும். எனவே, அவை அதிக இடத்தை ஆக்கிரமித்துக்கொள்ளாமல் இருக்கும். அவற்றால் யாருக்கும் எந்தத் தொந்தரவும் இருக்காது. அவை புற்களின் நடுவே காலையில் தோன்றும், மாலையில் மறையும். ஆனால், இந்த ஒரு மலர், எங்கிருந்தோ கொண்டுவந்திருந்த விதையிலிருந்து ஒருநாள் தோன்றியது. அது துளிர்விட்டதும் அவன் கவனமாகப் பார்த்துக் கொண்டான். அது மற்ற மலர்களிலிருந்து மாறுபட் டிருந்தது. அது புது வகை பவோபாப் மரமாக இருந்திருக்கலாம். ஆனால், செடியோ வளர்வதை நிறுத்திவிட்டுப் பூக்கத் தொடங்கியது. அது மிகப் பிரம்மாண்டமாக மொட்டுவிடுவதைப் பார்த்த இளவரசன்,

அற்புதமான வெளிப்பாடு ஒன்று தோன்றும் என்பதை உணர்ந்தான். ஆனால், இந்த மலரோ தன் பசுமைக் கூட்டுக்குள்ளேயே தன் அழகை மேலும் மெருகேற்றிக் கொண்டிருந்தாள். தனக்குத் தேவையான நிறங்களைக் கவனமாகத் தேர்ந்தெடுத்தாள். பொறுமையாக உடுத்திக் கொண்டிருந்தாள். ஒவ்வொரு இதழாகச் சரி செய்துகொண்டிருந்தாள். பாப்பீஸ் மலர்கள்போல் கசங்கிய நிலையில் வெளிவர அவள் விரும்பவில்லை. தன்னுடைய அழகு முழுவதும் பிரகாசிக்கும் விதத்தில் வெளிவர விரும்பினாள். பெரிய பசப்புக்காரிபோல் அவள் நடந்துகொண்டாள். அவளுடைய வினோதமான அலங்காரத்துக்குப் பல நாட்கள் தேவைப்பட்டிருக்க வேண்டும். பின்னர் திடீரென்று ஒருநாள் காலை, அதுவும் சூரியோதயத்தின்போது, அவள் வெளிவந்தாள்.

அவ்வளவு நுணுக்கமாக அலங்கரித்துக் கொண்ட இந்த மலர், கொட்டாவி விட்டுக் கொண்டே, "ஆ, நான் இப்போதுதான் கண் விழித்தேன், மன்னிக்க வேண்டும். என் தலைமுடி அலங்கோலமாக இருக்கிறது" என்றாள்.

இளவரசனால் தன் வியப்பை அடக்க இயலவில்லை.

"எவ்வளவு அழகாக இருக்கிறீர்கள்!" என்றான்.

"இருக்காதா பின்னே" என்று மெதுவாகச் சொல்லிவிட்டு, "நான் சூரியன் உதிக்கும் நேரத்திலேயே உதித்தவள்" என்றாள்.

அவள் ஒன்றும் தன்னடக்கம் கொண்டவள்போல் தோன்றவில்லை. ஆனால், இதயத்தைத் தொடக்கூடியவளாக, இதயத்தில் சலனம் ஏற்படுத்தக்கூடியவளாக இருந்தாள்.

அவள் உடனே, "காலை உணவு நேரம் வந்துவிட்டது என்று நினைக்கிறேன், தயவுசெய்து என்னைக் கொஞ்சம் கவனிக்க முடியுமா?" என்று கேட்டாள்.

இளவரசனுக்குக் குழப்பமாக இருந்தபோதும், நீர் தெளிப்பான் ஒன்றைக் கொண்டுவந்து மலருக்குத் தண்ணீர் அளித்து உதவினான்.

இப்படியாக, அவள் வெகுவிரைவிலேயே தன் தற்பெருமையினால் அவனைத் துன்புறுத்த ஆரம்பித்துவிட்டாள். உண்மையில் அவனுக்கு அவளைச் சமாளிப்பது கடினமாக இருந்தது. உதாரணமாக, ஒருநாள் அவள் தன் நான்கு முட்களைக் குறித்துச் சொல்லும்போது, இளவரசனைப்

ஆந்த்துவான் த சேந்தெக்ஸுபெரீ

பார்த்து, "இப்போது புலிகள் தங்கள் நகத்தோடு வந்து பார்க்கட்டும்!" என்று சவால் விட்டாள்.

அதற்கு அவன், "என் கிரகத்தில் புலிகள் இல்லையே. மேலும், புலி பசித்தாலும் புல்லைத் தின்னாது அல்லவா?" என்றான்.

"நான் ஒன்றும் புல் இல்லையே" என்று அவள் மெதுவாகச் சொன்னாள்.

"என்ன சொன்னீர்கள் . . .?"

"புலிகளைப் பற்றி எனக்கு எந்த பயமும் கிடையாது. காற்றடித்தால்தான் பயம். இங்கு ஒரு மறைப்புத் தட்டி கிடைக்குமா?"

"காற்றடித்தால் பயம் . . . உண்மைதான். ஒரு மலருக்கு பலத்த காற்று உகந்ததாக இருக்காது. இந்த மலர் ஒரு சிக்கலான சூழ்நிலையில்தான் இருக்கிறாள்" என்று இளவரசன் தனக்குள் சொல்லிக்கொண்டான்.

"இரவு நேரத்தில் நீங்கள் என்னை ஒரு கூண்டில் வைத்து மூடிவையுங்கள். உங்களுடைய இடம் மிகவும் குளிராக இருக்கிறது. நீங்கள் இருக்கும் இடம் சரியில்லை. என் சொந்த ஊரில் . . ."

அவள் சட்டென்று நிறுத்திக் கொண்டாள். அவள் ஒரு விதையிலிருந்து வந்தவள். அவளுக்கு மற்ற உலகங்களைப் பற்றி எதுவும் தெரியாது.

வெகுளித்தனமாக ஒரு பொய்யைச் சொல்லிவிட்டதை எண்ணி வெட்கப் பட்டாள். இரண்டு மூன்று தடவை இருமி, குற்றத்தை அவன்மீது சுமத்த நினைத்தாள்.

"ஒரு மறைப்புத் தட்டி இல்லையா?" என்று கேட்டாள்.

"அதைத்தான் தேடக் கிளம்பினேன். ஆனால், நீங்கள் பேசிக்கொண்டே இருந்தீர்கள்!"

மீண்டும் பலமாக இருமி அவன் குற்ற உணர்ச்சியை அதிகப்படுத்த முயன்றாள்.

இளவரசன் அந்த மலர் மீது கொண்ட காதலால் அவளுக்கு உதவி செய்ய விரும்பினாலும், வெகுசீக்கிரமே அவளைப் பற்றிச் சந்தேகம் கொள்ள ஆரம்பித்தான். சாதாரண வார்த்தைகளையெல்லாம் பெரிது படுத்தி சஞ்சலம் அடைய ஆரம்பித்தான்.

"அவள் சொன்னதை நான் கேட்டிருக்கக் கூடாது" என்று அவன் ஒருநாள் என்னிடம் மனம் திறந்து சொன்னான். "மலர்கள் சொல்வதை ஒருவரும் கேட்டுக்கொள்ளக் கூடாது. அவற்றைப் பார்க்கலாம். அவற்றின் மணத்தை நுகரலாம். என்னுடைய மலர் என் கிரகம் முழுவதிலும் நறுமணம் வீசச்செய்தாள். ஆனால், அந்த

நறுமணத்தை எனக்கு முழுமையாக அனுபவிக்கத் தெரியவில்லை. புலி நகங்கள் பற்றிப் பேசும்போது நான் கலக்கமடைந்தேன். கலக்கத்திற்குப் பதில் என் மனதில் அன்பும் பரிவும் ஏற்பட்டிருக்க வேண்டும்."

அவன் தொடர்ந்து சொன்னான்:

"காரணம் என்னவென்றால், எனக்கு எப்படிப் புரிந்துகொள்வது என்று தெரியவில்லை. செயல்களை வைத்துத்தான் அவளை எடைபோட்டிருக்க வேண்டும். வார்த்தைகளை வைத்து அல்ல. அவள் என்மீது தன் ஒளியையும் மணத்தையும் வீசினாள். நான் அவளைவிட்டு விலகி ஓடியிருக்கக் கூடாது . . . அவளுடைய வெகுளித்தனமான சிறுசிறு தந்திரங்களுக்குப் பின்னால் ஒளிந்திருந்த அன்பை நான் கண்டுபிடித்திருக்க வேண்டும். மலர்கள் முரண்பாடு கொண்டவையாகத்தான் இருக்கும்! ஆனால், நான் அப்போது மிகவும் சிறுவனாக இருந்ததால் அவளை எப்படி நேசிப்பது என்று எனக்குத் தெரியவில்லை."

9

காட்டுப் பறவைகள் கூட்டம் கூட்டமாக வலசை போவதைப் பயன்படுத்திக் கொண்டு அவன் தப்பித்து வந்திருக்கிறான் என்று நினைக்கிறேன். அன்று காலையில் புறப்படுவதற்கு முன் தன் கிரகத்தில் எல்லாவற்றையும் ஒழுங்குபடுத்திவிட்டுதான் வந்திருக்கிறான். நெருப்பைக் கக்கக்கூடிய எரிமலைகளையெல்லாம் சுத்தம் செய்திருக்கிறான். அப்படிப்பட்ட எரிமலைகள் இரண்டு இருந்தன. காலை உணவு தயாரிப்பதற்கு அவை மிகவும் வசதியாக இருந்தன. அவனிடம் அணைந்துபோன எரிமலை ஒன்றும் இருந்தது.

"எப்போது என்ன நடக்கும் என்று தெரியாது" என்று நினைத்துக்கொண்டு அதையும் அவன் சுத்தப்படுத்தினான். ஒழுங்காகத் துடைத்துவைத்தால், எரிமலைகள் ஒழுங்காகவும் மெதுவாகவும் கனல் கக்காமலும் எரியும். புகைக் கூண்டிலிருந்து வெளி வரும் தீப்பிழம்புகள் போலத்தான் எரிமலைகள் வெடிக்கின்றன. நமது பூமியில் நாம் உருவில் மிகச் சிறியதாக இருப்பதால் எரிமலைகளைச் சுத்தப்படுத்த முடியவில்லை. அதனால்தான் அவை நமக்குத் தொடர்ந்து இழப்புகளை ஏற்படுத்துகின்றன.

அதேபோல், சமீபத்தில் முளைவிட்டிருந்த பவோபாப் செடிகளையும் சற்று வருத்தத்துடன் பிடுங்கி எறிந்திருந் தான். தான் இனி திரும்பி வரப்போவதில்லை என்று நினைத்திருக்கிறான். ஆனால், பழக்கமாகி விட்ட இந்த வேலைகளெல்லாம் அன்று

நெருப்பைக் கக்கக்கூடிய எரிமலைகளை எல்லாம் சுத்தம் செய்திருக்கிறான்.

காலை முக்கியமானதாகத் தோன்றியிருக்கின்றன. கடைசியாக ஒரு முறை அந்தப் பூச்செடிக்குத் தண்ணீர் ஊற்றிவிட்டு, அதன் மீது ஒரு கோளவடிவக் கூண்டைக் கவிழ்த்து வைக்கும்போது அவனுக்கு அழ வேண்டும்போல் இருந்தது.

"போய்வருகிறேன்" என்று மலரிடம் சொன்னான்.

ஆனால், அவள் பதில் எதுவும் சொல்லவில்லை.

"போய்வருகிறேன்" என்று மறுபடியும் சொன்னான்.

மலர் இருமினாள். ஆனால், அது சளியினால் வந்த இருமலில்லை.

"நான் உன்னிடம் மடத்தனமாக நடந்துகொண்டுவிட்டேன்" என்று அவள் ஒருவழியாகச் சொல்லிவிட்டாள். "மன்னித்துவிடு. மகிழ்ச்சியாக இருக்க முயற்சிசெய்."

அவனுக்கு வியப்பு ஏற்பட்டது. காரணம், அந்தப் பதிலில் எந்தவிதக் குற்றச்சாட்டும் இல்லை. கையில் அந்தக் கூண்டுடன் அப்படியே உறைந்துபோய் நின்றான். அந்த அமைதியான அன்பு அவனுக்குப் புரியவில்லை.

"நான் உன்னைக் காதலிக்கிறேன். உனக்கு அது தெரியவில்லை. அது என் தவறுதான். பரவாயில்லை. நீயும் என்னைப்போல் முட்டாள்தனமாக இருந்துவிட்டாய். சந்தோஷமாக இரு. இந்தக் கூண்டைக் கொண்டுபோய்விடு. எனக்குத் தேவையில்லை."

"காற்று வீசினால்?"

"எனக்கு அந்த அளவுக்குச் சளிபிடித்ததில்லை . . . இரவு நேரக் குளிர் காற்று எனக்குச் சுகமாக இருக்கிறது. நான் ஒரு மலர்."

"பூச்சிபொட்டு வந்தால் . . ."

"இரண்டு மூன்று புழுக்களை நான் சமாளித்துதான் ஆக வேண்டும். அப்போதுதான் பட்டாம்பூச்சிகளைப் பார்க்க முடியும். பட்டாம்பூச்சி அவ்வளவு அழகாக இருக்குமென்று கேள்விப்பட்டிருக்கிறேன் . . . அதைத் தவிர வேறு யார் வரப்போகிறார்கள்? நீயோ ரொம்ப தூரத்தில் இருப்பாய். பெரிய விலங்குகள் பற்றி எனக்குப் பயமில்லை. அவற்றைச் சமாளிக்க என்னுடைய முட்கள் இருக்கவே இருக்கின்றன."

அப்பாவித்தனமாக அவள் தன் நான்கு முட்களையும் காட்டினாள். பின்னர், "இப்படித் தயங்கி நின்றுகொண்டிருக்காதே. சங்கடமாக இருக்கிறது. போவதாக முடிவு செய்துவிட்டாய். போய்விடு" என்றாள்.

அவள் அப்படிப் பேசியதற்குக் காரணம், தான் அழுவதை அவன் பார்த்துவிடக் கூடாது என்பதுதான். அவளுக்கு அந்த அளவுக்குக் கர்வம் . . .

10

அவன் சிறு கிரகங்களாகிய 325, 326, 327, 328, 329, 330 ஆகியவற்றின் சுற்று வட்டாரத்தில் இருந்தான். வேலை தேடிக்கொள்வதற்கும் அறிவை மேம்படுத்திக்கொள்வதற்கும் அந்தக் கிரகங்களையெல்லாம் சுற்றிப் பார்த்தான்.

முதல் கிரகத்தில் அரசன் ஒருவன் வாழ்ந்துவந்தான். அவன் செந்நிற ஆடையும், 'ஸ்டோட்' உரோமங்களாலான வெள்ளை கோட்டும் அணிந்திருந்தான். மிகவும் எளிமையாகவும் கம்பீரமாகவும் இருந்த அரியணையில் அமர்ந்திருந்தான்.

இளவரசனைப் பார்த்தவுடன், "இதோ ஒரு குடிமகன்!" என்று கத்தினான். சிறுவனுக்கு ஒரு சந்தேகம்:

"அவன் என்னை இதுவரை பார்த்ததே இல்லை. என்னை எப்படி அடையாளம் கண்டுபிடித்தான்?"

சிறுவனுக்கு ஒரு விஷயம் தெரியாது. அரசன் என்றால் அவனுக்கு எல்லாமே சாதாரணம்தான். எல்லா மனிதர்களும் அவனுக்குக் குடிமக்கள்தான்.

"நான் நன்றாகப் பார்க்க வேண்டும். என் பக்கத்தில் வா" என்றான் அரசன். யாரோ ஒருவருக்காவது தான் அரசனாக இருப்பது குறித்து அவனுக்குப் பெருமையாக இருந்தது.

சிறுவன் உட்காருவதற்கு இடம் தேடிச் சுற்றுமுற்றும் பார்த்தான். ஆனால், அரசனின் கம்பளி ஆடை கிரகம் முழுவதையும் அடைத்துக்கொண்டிருந்தது. ஆகவே, அவன் நின்றுகொண்டிருக்க வேண்டியதாயிற்று. களைப்பு மிகுதியால் கொட்டாவிவிட்டான்.

"அரசன் முன்னால் கொட்டாவிவிடுவது வழக்கத்துக்கு மாறானது. ஆகையால், கொட்டாவிவிடுவதை நான் தடைசெய்கிறேன்" என்றான் அரசன்.

சிறுவன் குழப்பத்தோடு, "நான் ரொம்ப தூரம் தூங்காமல் பயணம் செய்துவிட்டு வந்திருக்கிறேன்" என்று சொன்னான்.

அரசன் "அப்படியானால், கொட்டாவிவிட உனக்கு ஆணையிடுகிறேன்" என்றான். "நான் கொட்டாவிவிடுவதைப் பார்த்து எத்தனையோ ஆண்டுகளாகிறது. அது எனக்கு விசித்திரமானது. ஆகையால், கொட்டாவிவிடு. இது என் கட்டளை."

"எனக்குப் பயமாக இருக்கிறது ... என்னால் முடியாது" என்று முகம் சிவக்கச் சொன்னான் இளவரசன்.

அரசன் முனகிக்கொண்டே, "அப்படியானால், இப்படி ஆணையிடுகிறேன். சில நேரம் கொட்டாவிவிடவும், மற்ற நேரம் ..." என்று பதிலளித்தான்.

அவன் கொஞ்சம் தடுமாறினான். கோபத்தில் இருந்தான்போலும்.

ஏனெனில், தன் ஆணைக்கு யாராவது அடிபணிய வேண்டும் என்பதில் அரசன் குறியாக இருந்தான். அடிபணியாமல் இருப்பதை அவனால் சகித்துக்கொள்ள முடியாது. அவன் எல்லா அதிகாரமும் கொண்ட அரசனாக இருந்தாலும், அவன் நல்லவனாக இருந்ததால் அவனுடைய ஆணைகள் ஏற்றுக்கொள்ளக்கூடியவையாக இருந்தன.

"நீ கடல்பறவையாக மாற வேண்டுமென்று ஒரு தளபதிக்கு ஆணையிட்டு, அப்படி அவன் மாறாவிட்டால், அது அவன் தவறல்ல. என் தவறு" என்று அரசன் அடிக்கடி சொல்லுவான்.

"நான் உட்காரலாமா?" என்று இளவரசன் தயக்கத்துடன் கேட்டான்.

அரசன், "நீ உட்காரும்படி ஆணையிடுகிறேன்" என்று தன்னுடைய ஆடையின் ஒரு தலைப்பை இழுத்துக்கொண்டே சொன்னான்.

ஆனால், இளவரசனுக்கு ஒரே வியப்பு. கிரகம் மிகச் சிறியது. அரசன் எதன் மீது ஆட்சி செலுத்துவான்?

"அரசே, உங்களிடம் ஒரு கேள்வி கேட்பதற்கு அனுமதியுங்கள்" என்றான்.

அவசர அவசரமாக அரசன், "என்னிடம் கேள்வி கேட்க உனக்கு ஆணையிடுகிறேன்" என்றான்.

"அரசே... நீங்கள் எதன் மீது ஆட்சி செலுத்துகிறீர்கள்?"

"எல்லாவற்றின் மீதும்தான்" என்று அரசன் எளிமையாகப் பதில் சொன்னான்.

"எல்லாவற்றின் மீதுமா?"

அரசன் அலட்டிக்கொள்ளாமல் தன் கிரகத்தையும் மற்ற கிரகங்களையும், விண்மீன்களையும் காண்பித்தான்.

"இவை எல்லாவற்றின் மீதுமா?" என்று இளவரசன் கேட்டான்.

"எல்லாவற்றின் மீதும்தான்..." என்று அரசன் பதிலளித்தான்.

ஏனென்றால், அவன் அதிகாரம் முழுமையானது மட்டுமல்ல. பிரபஞ்சம் முழுவதும் பரவியிருந்தது.

"விண்மீன்கள்கூட உங்களுக்குப் பணிந்துபோகுமா?"

"நிச்சயமாக. உடனே அடிபணியும். அடிபணியாமல் இருப்பதை என்னால் சகித்துக்கொள்ள முடியாது" என்றான் அரசன்.

அதுபோன்ற அதிகாரம் இளவரசனுக்கு வியப்பைத் தந்தது. அந்த அதிகாரம் தன் கையில் இருந்தால் நாற்பத்து நான்கல்ல, எழுபத்தி இரண்டு, நூறு, ஏன் இருநூறு சூரிய அஸ்தமனங்களைக்கூடப் பார்த்திருக்கலாம் – நாற்காலியை இழுத்துப் போடாமலேயே! தான் விட்டுவிட்டு வந்த கிரகத்தை நினைத்து அவனுக்குக் கொஞ்சம் கவலை வந்துவிட்டது. துணிவை வரவழைத்துக்கொண்டு அரசனிடம் ஒரு உதவி கேட்டான்:

"எனக்கு சூரியஸ்தமனம் பார்க்க வேண்டும்போல் இருக்கிறது. எனக்காக சூரியனை அஸ்தமிக்க ஆணையிடுங்கள்."

"நான் என் தளபதியைப் பட்டாம்பூச்சியைப் போல் ஒரு மலரிலிருந்து இன்னொரு மலருக்குத் தாவும்படி சொன்னால், அல்லது ஒரு சோக நாடகத்தை வர்ணிக்கச் சொன்னால், அல்லது ஒரு கடல்பறவையாய் மாறச் சொன்னால், அதற்கு அவன் கீழ்ப்படியாமல் இருந்தால், அது அவனுடைய தவறா?"

"அது உங்கள் தவறுதான்" என்று இளவரசன் அழுத்தம் திருத்தமாகச் சொன்னான்.

"சரியாகச் சொன்னாய். நாம் ஒருவரிடம் அவரால் என்ன முடியுமோ அதைத்தான் கேட்க வேண்டும். அதிகாரம் நியாயத்தின் அடிப்படையில் இருக்க

வேண்டும். நீ உன் குடிமக்களிடம் போய் அவர்கள் கடலில் விழ வேண்டும் என்றால், அவர்கள் புரட்சியில் ஈடுபடுவார்கள். கீழ்ப்படிதலை எதிர்பார்ப்பதற்கு எனக்கு உரிமை உண்டு, ஏனெனில், என் ஆணைகள் நியாயமானவை" என்றான் அரசன்.

"அதிருக்கட்டும், நான் கேட்ட சூரிய அஸ்தமனம் என்ன ஆனது?" என்று கேட்டான் இளவரசன். அவன் ஒரு கேள்வியை கேட்கத் தொடங்கிவிட்டால் மறக்காமல் அதை மீண்டும் மீண்டும் கேட்டுக்கொண்டிருப்பான்.

"உன்னுடைய சூரிய அஸ்தமனம் வரும். அதற்கு ஆணையிடுவேன். ஆனால், என் நிர்வாக விதிகளின்படி அதற்காகக் காத்திருக்க வேண்டியிருக்கும்."

"அப்படியானால் எப்போது?" இளவரசன் தெரிந்துகொள்ளத் துடித்தான்.

"உம்! உம்!" என்று சொல்லிக்கொண்டே மிகப் பெரிய நாள்காட்டியொன்றை அலசிப்பார்த்தான். "உம், உம் . . . அதாவது இன்று மாலை ஏழு நாற்பதுக்கு! அப்போது எப்படி எல்லோரும் எனக்குக் கீழ்ப்படிகிறார்கள் என்று தெரிந்துகொள்வாய்."

இளவரசன் கொட்டாவிவிட்டான். சூரிய அஸ்தமனத்தைப் பார்க்க முடியாமல்போனதற்கு வருத்தப்பட்டுக்கொண்டிருந்தான். மேலும் அவனுக்குக் கொஞ்சம் சோர்வு ஏற்பட ஆரம்பித்தது.

"எனக்கு இனிமேல் இங்கு வேலையில்லை. நான் கிளம்பிவிடப்போகிறேன்" என்று அரசனிடம் சொன்னான்.

தனக்கு ஒரு குடிமகன் இருக்கிறான் என்று பெருமைப்பட்டுக்கொண்டிருந்த அரசன், "போக வேண்டாம். போக வேண்டாம். நான் உன்னை அமைச்சராக்குகிறேன்" என்றான்.

"அமைச்சரா? என்ன அமைச்சர்?"

"நீதித் துறை அமைச்சர் . . ."

"ஆனால், நீதி வழங்குவதற்கு இங்கும் யாரும் இல்லையே?"

"இப்போது ஒன்றும் சொல்ல முடியாது. என் ராச்சியம் முழுதும் நான் சுற்றிப் பார்க்கவில்லை. எனக்கு மிகவும் வயதாகிவிட்டது. ஒரு வாகனம் விடுவதற்குக்கூட வழியில்லை. நான் நடந்தே போவதால் களைத்துவிடுகிறேன்."

"ஆனால், நான் பார்த்துவிட்டேன்" என்று சொன்னான் இளவரசன். கிரகத்தின் மற்றொரு பக்கத்தை மீண்டும் குனிந்து பார்த்துவிட்டு, "அங்கும் யாரும் இல்லை . . ." என்றான்.

"எனவே, உனக்கே நீ நீதி வழங்கிக்கொள்" என்று சொன்னான் அரசன். "அதுதான் ரொம்ப கஷ்டம். மற்றவருக்கு நீதி வழங்குவதைவிடத் தனக்கே நீதி வழங்கிக் கொள்வதுதான் அதிகக் கஷ்டமாக இருக்கும். அதைச் செய்துவிட்டால் நீதான் உண்மையான ஞானி" என்று தொடர்ந்து சொன்னான் அரசன்.

“எனக்கு நான் நீதி வழங்கிக்கொள்ள வேண்டுமானால், நான் எங்கிருந்தாவது அதைச் செய்துகொள்ளலாம். அதற்கு நான் இங்குதான் இருக்க வேண்டுமென்ற தேவையில்லையே” என்று பதிலளித்தான் இளவரசன்.

“உம் . . . என்னுடைய கிரகத்தில் ஒரு எலி எங்கோ சுற்றிக்கொண்டிருக்கிறது என நினைக்கிறேன். இரவில் சத்தம் கேட்கிறது. வயதான அந்த எலிக்கு நீதி வழங்கலாமே. அவ்வப்போது அதற்கு மரண தண்டனை வழங்கலாமல்லவா? ஆகையால், அதன் உயிர் உன் கையில்தான் இருக்கும். ஆனால், சந்தர்ப்ப சூழ்நிலை கருதி அதற்கு ஒவ்வொரு தடவையும் விடுதலையளித்து விட்டுவைக்கலாம். அப்படிப்பட்ட எலி நம்மிடம் ஒன்றுதானே இருக்கிறது.”

“எனக்கு மரண தண்டனையளிப்பது பிடிக்காது. நான் போய்விடுவதே நல்லது என்று நினைக்கிறேன்.”

“கூடாது” என்றான் அரசன்.

“யாரையாவது உடனடியாக அடிபணியவைக்க வேண்டுமானால், நீங்கள் இப்போது ஒரு நியாயமான ஆணை பிறப்பிக்கலாம். என்னை அடுத்த ஒரு நிமிடத்தில் வெளியேறுவதற்கான ஆணை பிறப்பிக்கலாம். சூழ்நிலைகள் அதற்குச் சாதகமாக இருக்கின்றன. . .”

அரசன் எந்த பதிலும் சொல்லாததால், இளவரசன் கொஞ்சம் தயங்கினான். பிறகு பெருமூச்சு விட்டுக்கொண்டே புறப்படத் தயாரானான்.

உடனே அரசன், “நான் உன்னை என் நாட்டுத் தூதராக நியமிக்கிறேன்” என்று உரத்த குரலில் அவசர அவசரமாகச் சொன்னான்.

அப்பொது அவன் முகத்தில் பெரிய அதிகாரத் தோரணை இருந்தது.

‘பெரிய மனிதர்கள் மிகவும் விசித்திரமாக இருக்கிறார்கள்’ என்று இளவரசன் தன் பயணத்தின்போது தனக்குள் சொல்லிக்கொண்டான்.

11

இளவரசன் சென்ற இரண்டாவது கிரகத்தில் ஒரு தற்பெருமைக்காரன் வசித்து வந்தான். இளவரசனைப் பார்த்தவுடன் “ஆகா, இதோ வருகிறான் என் ரசிகன்!” என்று தற்பெருமைக்காரன் உரத்த குரலில் கூச்சலிட்டான். ஏனெனில், தற்பெருமைக்காரனுக்கு மற்றவர்களெல்லாம் அவனுடைய ரசிகர்கள்.

இளவரசன் “வணக்கம். நீங்கள் அணிந்திருக்கும் தொப்பி விசித்திரமாக இருக்கிறது” என்றான்.

தற்பெருமைக்காரன், “என்னைப் புகழும்போது நன்றி சொல்வதற்குத்தான் இதை அணிந்திருக்கிறேன்” என்றான். “துரதிர்ஷ்டவசமாக, இங்கு யாரும் வருவதில்லை” என்று தொடர்ந்து சொன்னான்.

"அப்படியா?" என்று புரியாமல் கேட்டான் இளவரசன்.

"கைதட்டு பார்க்கலாம்," என்றான் தற்பெருமைக்காரன்.

இளவரசன் கைதட்டினான். தற்பெருமைக்காரன் மெதுவாகத் தன் தொப்பியைத் தூக்கி நன்றி சொன்னான்.

'இது அரசருடன் ஏற்பட்ட சந்திப்பைவிட சுவாரசியமாக இருக்கிறது' என்று இளவரசன் தனக்குள் சொல்லிக்கொண்டான். பின் மீண்டுமொரு முறை கைதட்டினான். தற்பெருமைக்காரனும் மீண்டுமொரு முறை தொப்பியைத் தூக்கி நன்றி சொன்னான்.

ஐந்து நிமிடம் சென்ற பின் இந்த விளையாட்டு இளவரசனுக்கு அலுத்துப் போய்விட்டது.

"தலையிலிருந்து தொப்பி கீழே விழ என்ன செய்ய வேண்டும்?" என்று கேட்டான் இளவரசன்.

ஆனால், தற்பெருமைக்காரன் அதனைக் கண்டுகொள்ள வில்லை. தற்பெருமைக்காரர்கள் புகழ்ச்சிகளை மட்டுமே கண்டுகொள்வார்கள்.

"நீ உண்மையிலேயே என்னை மிகவும் வியந்து பாராட்டுகிறாயா?" என்று தற்பெருமைக்காரன் கேட்டான்.

"'பாராட்டுதல்' என்றால் என்ன?"

"பாராட்டுதல் என்றால் இந்த கிரகத்தில் நான் எல்லோரையும்விட அழகாகவும் நன்றாக உடுத்திக்கொண்டும் பெரிய பணக்காரனாகவும் அதிக அறிவாளியாகவும் இருக்கிறேன் என்று உறுதி செய்வதாகும்."

"ஆனால், நீ மட்டும்தானே இந்த கிரகத்தில் இருக்கிறாய்!"

"பரவாயில்லை. என்னைப் பாராட்டு. எனக்கு மகிழ்ச்சியாக இருக்கும்."

"உன்னைப் பாராட்டுகிறேன்" என்று அவன் தன் தோள்களைச் சற்று உயர்த்திவிட்டுச் சொன்னான். "ஆனால், அதனால் உனக்கு என்ன பயன்?"

பிறகு இளவரசன் கிளம்பிவிட்டான்.

'பெரியவர்களெல்லாம் வினோதமான மனிதர்களாக இருக்கிறார்கள்' என்று பயணத்தின்போது அவன் தனக்குள் சொல்லிக்கொண்டான்.

12

அடுத்ததாக அவன் சென்ற கிரகத்தில் ஒரு குடிகாரன் வசித்துவந்தான். அவனைச் சந்தித்த நேரம் மிகவும் குறைவு, ஆனால், அது அவனை அதிகக் கவலையில் ஆழ்த்தியது.

காலி மது பாட்டில்களும் மது நிறைந்த பாட்டில்களும் குவியலாகக் கிடந்த ஓரிடத்தில் மௌனமாக அமர்ந்திருந்த அந்தக் குடிகாரனைப் பார்த்து, "நீ இங்கு என்ன செய்கிறாய்?" என்று சின்னஞ்சிறு இளவரசன் கேட்டான்.

"குடித்துக்கொண்டிருக்கிறேன்" என்று அவன் முகத்தைக் கடுமையாக வைத்துக்கொண்டு சொன்னான்.

"எதற்குக் குடிக்கிறாய்?"

"மறப்பதற்குத்தான்."

அவன் மீது பரிதாபப்பட்டு, இளவரசன் "எதை மறப்பதற்கு?" என்று கேட்டான்.

குடிகாரன் தன் தலையைத் தொங்கப் போட்டுக்கொண்டு "என் வெட்கத்தை" என்று ஒப்புக்கொண்டான்.

அவனுக்கு உதவி செய்யும் எண்ணத்தில், "எதற்காக இந்த வெட்கம்?" என்று இளவரசன் கேட்டான்.

"குடிப்பதற்காகத்தான்" என்று சொல்லிவிட்டு குடிகாரன் மௌனத்தில் மூழ்கிவிட்டான்.

இளவரசன் குழப்பத்தோடு வெளியேறினான்.

'பெரியவர்களெல்லோருமே வினோதமானவர்களாக இருக்கிறார்கள்' என்று பயணத்தின்போது அவன் தனக்குள் சொல்லிக்கொண்டான்.

13

நான்காவது கிரகம் ஒரு பிசினஸ்மேனுடையது. அவன் சின்னஞ்சிறு இளவரசன் வந்ததைக் கவனிக்கவில்லை. அந்த அளவுக்கு அவன் தன் வேலையில் மும்முரமாக இருந்தான்.

"வணக்கம்" என்று சொல்லிவிட்டு, "உன் சிகரெட் அணைந்துபோய்விட்டது," என்று சுட்டிக் காட்டினான்.

"மூன்றும் இரண்டும் ஐந்து. ஐந்தும் ஏழும் பன்னிரண்டு. பன்னிரண்டும் மூன்றும் பதினைந்து . . . வணக்கம் . . . பதினைந்தும் ஏழும் இருபத்தி இரண்டு. இருபத்தி இரண்டும் ஆறும் இருபத்தி எட்டு. இருபத்தி இரண்டும் ஆறும் இருபத்தி எட்டு . . . எனக்கு அதை மீண்டும் பற்றவைக்க நேரமில்லை . . . இருபத்தி ஆறும் ஐந்தும் முப்பத்தி ஒன்று. அப்பாடா! மொத்தம் ஐம்பது கோடியே பதினாறு லட்சத்து இருபத்தி இரண்டாயிரத்து எழு நூற்று முப்பத்தி ஒன்று."

"என்ன அந்த ஐம்பது கோடி?"

"ஆ, நீ இன்னும் இங்குதான் இருக்கிறாயா? ஐம்பது கோடியே பதினாறு லட்சத்து . . . என்னவென்று தெரியவில்லை. எனக்கு அவ்வளவு வேலை . . . நான் எதையும் விளையாட்டாக எடுத்துக்கொள்வதில்லை. அவசியமற்ற பேச்சுகளைக் கேட்டுக்கொண்டிருக்க மாட்டேன்! இரண்டும் ஐந்தும் ஏழு . . ."

"ஐம்பது கோடியே பதினாறு லட்சத்து, என்ன?" இளவரசன் மீண்டும் ஒரு முறை கேட்டான். அவன் ஒரு கேள்வி கேட்டுவிட்டால் பதில் கிடைக்கும்வரை ஓய மாட்டான்.

பிஸினஸ்மேன் தலை நிமிர்ந்து பார்த்தான்.

"ஐம்பத்தி நான்கு ஆண்டுகளாக இந்தக் கிரகத்தில் வசிக்கிறேன். மூன்று முறைதான் எனக்குத் தொந்தரவு ஏற்பட்டிருக்கிறது. முதன் முறையாக, இருபத்திரண்டு ஆண்டுகளுக்கு முன் எங்கிருந்தோ ஒரு செவ்வண்டு வந்து விழுந்தது. அது எழுப்பிய பயங்கர ஓசை எங்கு பார்த்தாலும் ஒலித்தது. அதனால், அன்று என் கூட்டல் கணக்கில் பிழைகள் ஏற்பட்டன.

அடுத்ததாகப் பதினோரு வருடங்களுக்கு முன் வாதநோய் ஏற்பட்டது. எனக்கு உடற்பயிற்சி கிடையாது. வெளியில் சுற்றி வர நேரமில்லை. செய்யும் தொழிலே எனக்கு முக்கியம். மூன்றாவதாக, இப்போது நீ வந்திருக்கிறாய். என்ன சொல்லிக் கொண்டிருந்தேன்? ஐம்பது கோடியே பதினாறு லட்சத்து . . ."

"என்ன ஐம்பது கோடியே பதினாறு லட்சத்து . . ."

பிசினஸ்மேனுக்கு இளவரசனிடமிருந்து நிம்மதி கிடைக்குமென்ற நம்பிக்கை இல்லை.

"கோடிக் கணக்கில் சில சமயம் நாம் வானில் பார்ப்பவை."

"ஈக்களா?"

"இல்லை. இல்லை. மின்னுகின்ற சிறு பூச்சிகள்."

"தேனீக்களா?"

"இல்லை, இல்லை. அவை பொன்னிறமாக இருக்கும். வேலையற்றவர்களைக் கனவில் மிதக்க வைக்கும். நான் வேலையில் கண்ணும் கருத்துமாக இருப்பவன். எனக்குக் கனவு காண்பதற்கு நேரமில்லை."

"ஆ, விண்மீன்களைச் சொல்கிறாயா?"

"ஆமாம், விண்மீன்கள்தான்."

"ஐம்பது கோடி விண்மீன்களை வைத்து என்ன செய்யப்போகிறாய்?"

"ஐம்பது கோடியே பதினாறு லட்சத்து இருபத்தி இரண்டாயிரத்து எழுநூற்று முப்பத்தி ஒன்று. நான் ஏனோதானோவென்று சொல்ல மாட்டேன். சரியாகத்தான் சொல்வேன்."

"அவற்றை வைத்துக்கொண்டு என்ன செய்யப் போகிறாய்?"

"என்ன செய்யப்போகிறேனா?"

"ஆம்."

"ஒன்றும் செய்யப்போவதில்லை. அவற்றை எனக்குச் சொந்தமாக்கிக்கொள்கிறேன்."

"விண்மீன்கள் உனக்குச் சொந்தமா?"

"ஆமாம்."

"நான் ஏற்கெனவே அரசன் ஒருவனைப் பார்த்துவிட்டு வருகிறேன். அவன்..."

"அரசர்களுக்கு எதுவும் சொந்தமில்லை. அவர்கள் ஆதிக்கம் செலுத்துவார்கள். அது வேறு..."

"விண்மீன்களைச் சொந்தமாக்கிக்கொள்வதில் என்ன பயன்?"

"அவை என்னைப் பணக்காரனாக்குகின்றன."

"பணக்காரனாக இருப்பதில் என்ன பயன்?"

"யாராவது வேறு விண்மீன்களைக் கண்டுபிடித்துவிட்டால் அவற்றை வாங்கலாம்."

இளவரசன் தனக்குள், "இவன் கொஞ்சம் குடிகாரனைப் போலவே சிந்திக்கிறான்" என்று சொல்லிக்கொண்டான். இருந்தாலும் அவன் மேலும் சில கேள்விகள் கேட்டான்.

"விண்மீன்களை எப்படிச் சொந்தமாக்கிக்கொள்ள முடியும்?"

"அவை பிறகு யாருக்குச் சொந்தம்?" என்று எரிச்சலோடு கேட்டான் பிஸினஸ்மேன்.

"தெரியவில்லை. எனக்குத் தெரிந்தவரை அவை யாருக்கும் சொந்தமில்லை."

"அப்படியானால், அவை எனக்குத்தான் சொந்தம். ஏனென்றால், நான்தான் அவற்றைப் பற்றி முதலில் நினைத்தேன்."

"நினைத்தால் போதுமா?"

"போதுமே. யாருக்கும் சொந்தமில்லாத வைரம் ஒன்று உன் கண்ணில் பட்டு விட்டால், அது உனக்குத்தான் சொந்தம். யாருக்கும் சொந்தமில்லாத தீவு ஒன்றை நீ பார்த்துவிட்டால், அது உனக்குத்தான் சொந்தம். ஒரு கருத்து உனக்கு முதலாக உதித்தால், நீ அதற்கு உரிமம் பெற்றுவிடு. அது உனக்குத்தான் சொந்தம். எனக்கு முன் இதுவரை யாரும் விண்மீன்களைச் சொந்தமாக்கிக்கொள்ள நினைக்காதலால் அவை எனக்குத்தான் சொந்தம்."

"உண்மைதான்" என்றான் இளவரசன். "நீ அவற்றை வைத்துக்கொண்டு என்ன செய்யப் போகிறாய்?"

"நான் அவற்றை நிர்வாகம் செய்கிறேன். அவற்றைத் திரும்பத் திரும்ப எண்ணிப் பார்க்கிறேன். கொஞ்சம் கஷ்டம்தான். ஆனால் நான் கவனமாகச் செயல்படுபவன்!" என்று பிஸினஸ்மேன் பதில் சொன்னான்.

இந்தப் பதிலால் இளவரசன் திருப்தியடையவில்லை.

"என்னிடம் ஒரு மேல் துண்டு இருந்தால், அதனை நான் கழுத்தில் சுற்றி எடுத்துக்கொண்டு போய்விடுவேன். ஒரு மலர் என் கண்ணில் பட்டால், அதனைப் பறித்துக்கொண்டு போய்விடுவேன். உன்னால் விண்மீன்களைப் பறிக்க முடியாதே."

"ஆனால், அவற்றை என்னால் வங்கியில் வைக்க முடியும்."

"எப்படி?"

"அதாவது ஒரு சின்னக் காகிதத்தில் அவை எத்தனை இருக்கின்றன என்று குறித்து ஒரு மேசை டிராயரில் வைத்துப் பூட்டிவிடுவேன்."

"அது போதுமா?"

"அது போதும்."

இளவரசன் அது விளையாட்டாக இருக்கிறது, கவித்துவமாக இருக்கிறது, ஆனால், நடைமுறை சாத்தியமற்றது என்று நினைத்தான்.

முக்கியமான சில விஷயங்களில் இளவரசனின் கருத்துகள் பெரியவர்களின் கருத்துகளிலிருந்து மாறுபட்டிருந்தன.

இளவரசன் தன் பேச்சைத் தொடர்ந்தான்: "என்னிடம் ஒரு பூச்செடி இருக்கிறது. அதற்கு நான் தினசரி தண்ணீர் ஊற்றுகிறேன். மூன்று எரிமலைகள் இருக்கின்றன. ஒவ்வொரு வாரமும் அவற்றைத் துடைத்துச் சுத்தப்படுத்துகிறேன். அதில் ஒன்று அணைந்துவிட்ட எரிமலை. அதையும் நான் பராமரிக்கிறேன். ஏனெனில், நாம் எதையும் உறுதியாகச் சொல்ல முடியாது. எரிமலையும், பூச்செடியும் எனக்குச் சொந்தமாக இருப்பதில் அவற்றுக்குப் பயன் இருக்கிறது. ஆனால், விண்மீன்களுக்கு உன்னால் என்ன பயன்?"

பிசினஸ்மேன் வாய் திறக்கிறான். ஆனால், பதில் எதுவும் வரவில்லை.

இளவரசன் கிளம்பிவிடுகிறான். போகும்போது அவன் தனக்குள், 'பெரியவர்கள் உண்மையில் வினோதமானவர்கள்தான்' என்று சொல்லிக்கொள்கிறான்.

14

அவன் சென்ற ஐந்தாவது கிரகம் மிக மிக விசித்திரமானது. எல்லாவற்றையும் விடச் சின்னது. அதில் ஒரு தெருவிளக்குக்கும் அந்தத் தெருவிளக்கை ஏற்றுபவனுக்கும்தான் இடமிருந்தது. வானத்தில் எங்கோ ஓரிடத்தில், வீடோ, வசிப்பவர்களோ இல்லாத ஒரு கிரகத்தில் ஒரு தெருவிளக்கு இருப்பதையும், அதை ஏற்றிவைக்க ஒருவன் இருப்பதையும் இளவரசனால் புரிந்துகொள்ள முடியவில்லை.

இருந்தாலும் அவன் தனக்குள் 'ஒருவேளை அந்த மனிதன் அபத்தமானவனாக இருக்கலாம்; ஆனால், நான் சந்தித்த அரசன், தற்பெருமைக்காரன், குடிகாரன், பிசினஸ்மேன் ஆகியோரைவிட அபத்தமானவனில்லை' என்று சொல்லிக் கொண்டான். 'இவன் வேலையிலாவது ஏதோ ஒரு அர்த்தம் இருக்கிறது. இவன் விளக்கை ஏற்றும்போது மேலும் ஒரு விண்மீனையும் ஒரு மலரையும் தோற்றுவிப்பது போல் தெரிகிறது. அவன் விளக்கை நிறுத்தினால் விண்மீனையோ அல்லது மலரையோ தூங்கவிடுகிறான். அது அழகான வேலை. அழகான வேலை என்பதால் உண்மையில் அது பயனுள்ள வேலைதான்.

அந்தக் கிரகத்தின் அருகில் சென்று தெருவிளக்கேற்றுபவனுக்கு வணக்கம் சொன்னான் இளவரசன்.

"வணக்கம். எதற்காக ஏற்றிய விளக்கை அணைத்துவிட்டு வருகிறாய்?"

"அதுதான் எனக்கு இடப்பட்ட கட்டளை. வணக்கம்" என்றான் அவன்.

"என்ன கட்டளை?"

"தெருவிளக்கை நிறுத்துவது. காலை வணக்கம்."

"பிறகு, ஏன் வந்து விளக்கை ஏற்றிவைத்தாய்?"

"அதுதான் எனக்கு இடப்பட்ட கட்டளை" என்றான் விளக்கேற்றுபவன்.

"அது என்ன கட்டளை?"

"தெரு விளக்கை அணைக்க வேண்டும், அதுதான் அந்தக் கட்டளை; மாலை வணக்கம்" என்று சொல்லிவிட்டு மீண்டும் விளக்கை ஏற்றினான்.

"இப்போது ஏன் மீண்டும் விளக்கை ஏற்றுகிறாய்?"

"அதுதான் கட்டளை" என்றான் விளக்கேற்றுபவன்.

"எனக்குப் புரியவில்லை" என்றான் இளவரசன்.

நான் செய்வது ஒரு கடினமான வேலை.

“இதில் புரிவதற்கு ஒன்றுமில்லை. கட்டளை என்றால் கட்டளைதான். காலை வணக்கம்.”

பிறகு விளக்கை அணைத்தான். அணைத்துவிட்டு, சிவப்புக் கட்டம் போட்ட கைக்குட்டையால் தன் முகத்தைத் துடைத்துக்கொண்டான்.

“நான் செய்வது கடுமையான வேலை. அது முன்பெல்லாம் அர்த்தமுள்ளதாக இருந்தது. காலையில் விளக்கை அணைத்துவிட்டு, மாலையில் அதை ஏற்றி வைப்பேன். பகலில் மற்ற நேரத்தில் ஓய்வெடுப்பேன். இரவில் மற்ற நேரமெல்லாம் தூங்குவேன்.”

“அதன் பிறகு கட்டளை மாறிவிட்டதா?”

விளக்கேற்றுபவன் விளக்கினான்: “கட்டளை மாறவில்லை. அதுதான் கொடுமை! கிரகத்தின் வேகம் வருடாவருடம் அதிகரித்துவிட்டது. ஆனால், கட்டளை மட்டும் அப்படியே இருந்துவருகிறது.”

“ஆகையால்?” மீண்டும் கேட்டான் இளவரசன்.

“இப்போது நிமிடத்துக்கு ஒரு முறை சுழல்வதால் எனக்கு ஒரு விநாடிகூட ஓய்வு கிடையாது. நிமிடத்துக்கு ஒரு முறை விளக்கை ஏற்றி அணைத்துக் கொண்டிருக்கிறேன்.”

“விசித்திரமாக இருக்கிறது! உனக்கு ஒவ்வொரு நாளும் ஒரு நிமிட காலம்தான் நீடிக்கிறது!”

“இதில் ஒன்றும் விசித்திரமில்லை. நாம் இருவரும் ஒரு மாத காலமாகப் பேசிக்கொண்டிருக்கிறோம்.”

“ஒரு மாத காலமா?”

“ஆமாம். முப்பது நிமிடம். முப்பது நாள். மாலை வணக்கம்.”

அவன் மீண்டும் தெருவிளக்கை ஏற்றினான்.

இளவரசன் அவனைப் பார்த்தான். அவனைப் பிடித்துவிட்டது. தெருவிளக்கேற்றுபவன் தனக்கு இட்ட கட்டளையைத் தவறாமல் நிறைவேற்றினான். ஒரு நாற்காலியை இழுத்துப் போட்டுக்கொண்டு, தான் சூரிய அஸ்தமனத்தைத் தேடிச் சென்றது ஞாபகத்துக்கு வந்தது. அந்த நண்பனுக்கு அவன் உதவ விரும்பினான்.

“உனக்குத் தெரியுமா? நீ விரும்பிய நேரத்தில் ஓய்வெடுத்துக்கொள்ள ஒரு வழி எனக்குத் தெரியும் . . .”

“அதை நானும் தெரிந்துகொள்ள வேண்டும்” என்றான் தெருவிளக்கேற்றுபவன். “அப்படியிருந்தால் கட்டளையையும் நிறைவேற்றலாம், ஓய்வெடுத்துக்கொண்டும் இருக்கலாம்.”

இளவரசன் தொடர்ந்தான்:

“உன் கிரகம் சிறியது. அதை மூன்று எட்டில் சுற்றிவிடலாம். எப்போதும் உனக்கு நேர் எதிராக சூரியன் இருப்பதுபோல் நீ மெதுவாக நடக்க வேண்டும்.

நீ ஓய்வெடுக்க நினைக்கும்போது நடக்கலாம் . . . பகல்பொழுதை நீ விரும்பும் அளவுக்கு நீட்டிக்கச் செய்யலாம்."

"அதனால் எனக்கு ஒன்றும் பெரிய அளவில் பயனில்லை. வாழ்க்கையில் எனக்கு வேண்டியது தூக்கம்தான்"என்றான் தெருவிளக்கேற்றுபவன்.

"அப்படியானால் உனக்கு அதிர்ஷ்டம் இல்லை" என்றான் இளவரசன்.

"ஆமாம், அதிர்ஷ்டம் இல்லைதான் காலை வணக்கம்" என்றான் தெருவிளக்கேற்றுபவன்.

பிறகு விளக்கை அணைத்தான்.

மேற்கொண்டு பயணத்தைத் தொடர்ந்தபோது, இளவரசன் தனக்குள் சொல்லிக்கொண்டான்: "இவனை மற்றவர்கள் கேலி செய்வார்கள். அரசன், தற்பெருமைக்காரன், குடிகாரன், பிசினஸ்மேன் ஆகியோர் இவனைக் கேலி செய்வார்கள். ஆனால், இவன் ஒருவன் மட்டும்தான் நகைப்புக்கு உரியவனாக இல்லை. ஏனென்றால், இவன் தன்னைப் பற்றி மட்டும் கவலைப்படாமல் மற்றதைப் பற்றியும் கவலைப்படுகிறான்."

வருத்தத்தோடு பெருமூச்சு விட்டுக்கொண்டு, தனக்குள் "என்னால் இவனை மட்டுமே நண்பனாக்கிக்கொள்ள முடியும். ஆனால், அவனுடைய கிரகம் உண்மையில் மிகச் சிறியது. அதில் இரண்டு பேர் வசிப்பதற்கு இடமில்லை . . ." என்று சொல்லிக்கொண்டான்.

ஆனால், ஒன்றை மட்டும் இளவரசன் மனதுக்குள் ஏற்றுக்கொள்ளத் துணியவில்லை. அதாவது, அந்த ஆசீர்வதிக்கப்பட்ட கிரகத்தில், இருபத்தி நான்கு மணிநேரத்தில், அவனால் ஆயிரத்து நானூற்று நாற்பது சூரிய அஸ்தமனத்தைப் பார்த்திருந்திருக்க முடியும் என்ற உண்மைதான் அது.

15

அவன் சென்ற ஆறாவது கிரகம் அளவில் பத்து மடங்கு பெரிதாக இருந்தது. அதில் வயது முதிர்ந்த ஒருவர் பிரம்மாண்டமான புத்தகங்களை எழுதிக்கொண்டிருந்தார்.

இளவரசனைக்கண்டவுடன் "ஆகா, இதோ ஆய்வாளன்" என்று கத்திக் கூச்சலிட்டார்.

இளவரசன் ஒரு மேசையருகே அமர்ந்து சற்று இளைப்பாறினான். அவன் வெகுதூரம் பயணித்துவிட்டு வந்திருந்தான்.

"நீ எங்கிருந்து வருகிறாய்?" என்று கேட்டார் முதியவர்.

பதிலுக்கு, "இதென்ன இவ்வளவு பெரிய புத்தகம்? நீங்கள் இங்கு என்ன செய்கிறீர்கள்?" என்று கேட்டான்.

“நான் புவியியல் அறிஞன்” என்று முதியவர் சொன்னார்.

“புவியியல் அறிஞன் என்றால் என்ன ?”

“புவியியல் அறிஞனுக்குக் கடல்கள், நதிகள், நகரங்கள், பாலைவனங்கள் ஆகியவை எங்கிருக்கின்றன என்று தெரியும்.”

“சுவாரசியமாக இருக்கிறது” என்றான் இளவரசன். “கூட்டிக் கழித்துப் பார்த்தால், அதுவும் ஒரு தொழில்தான்!” என்று சொல்லிவிட்டுப் புவியியல் அறிஞரைச் சுற்றி நோட்டம்விட்டான். அவன் இதுவரையில் இதுபோன்ற அழகான கிரகத்தைப் பார்த்ததில்லை.

“உங்கள் கிரகம் உண்மையில் அழகாக இருக்கிறது. இங்குப் பெருங்கடல்கள் உண்டா ?”

“எனக்குத் தெரியாது” என்றார் புவியியல் அறிஞர்.

“ஆ! (இளவரனுக்குச் சற்று ஏமாற்றம்.) மலைகள் ?”

“எனக்குத் தெரியவில்லை.”

“நதிகள், பாலைவனங்கள் ?”

“அவற்றைப் பற்றியும் எனக்குத் தெரியாது.”

“புவியியல் அறிஞர் என்கிறீர்கள் ?”

“உண்மைதான். ஆனால், நான் புவியியல் அறிஞன் மட்டுமே. நாடுகள் கண்டு பிடிப்பவனல்ல. என்னிடம் அப்படிப்பட்டவர்கள் இல்லை. புவியியல் அறிஞன் வெளியில் போய் எத்தனை நகரங்கள், நதிகள், மலைகள், கடல்கள், மாக்கடல்கள், பாலைவனங்கள் இருக்கின்றன என்று எண்ணிக்கொண்டிருக்க மாட்டான். அவன் முக்கியமானவன். அதனால் வெளியில் சுற்ற மாட்டான். அவன் தன் அலுவலகத்திலேயே இருப்பான். புவியியல் ஆய்வாளர்கள் அவனிடம் செல்வார்கள். அவன் அவர்களிடம் விசாரித்து அவர்கள் நினைவுகளிலிருந்து குறிப்புகள் எடுத்துக்கொள்வான். அவர்களில் ஒருவனுடைய நினைவுகள் அவசியம் என்று நினைத்தால், அவன் நடத்தையைப் பற்றி ஒரு விசாரணை நடத்தச் சொல்வான்.”

“எதற்கு ?”

“காரணம், ஆய்வாளன் ஒருவன் பொய் சொல்லிவிட்டால் அவனால் புவியியல் புத்தகங்களில் ஈடுசெய்ய முடியாத இழப்புகள் ஏற்பட்டுவிடும். அதுபோலத்தான் அளவுக்கு அதிகமாகக் குடிப்பவனும்.”

“அதெப்படி ?” என்று கேட்டான் இளவரசன்.

“குடிகாரனின் பார்வையில் எல்லாம் இரண்டு இரண்டாகத் தெரியும். ஆகையால், மலை ஒன்று இருந்தால், அதை இரண்டு என்று புவியியல் ஆய்வாளன் பதிவிட்டுவிடுவான்.”

“எனக்கு ஒருவனைத் தெரியும்” என்றான் இளவரசன். “அவன் ஆய்வாளனாகத் தகுதி இல்லாதவன்.”

"இருக்கலாம். ஆகவே, ஆய்வாளன் நன்னடத்தை கொண்டவனாக இருந்தால் அவன் கண்டுபிடித்ததை ஆராய்ந்து பார்ப்போம்."

"நேரில் சென்றா?"

"இல்லை. அது மிகமிகச் சிக்கலானது. ஆய்வாளனைச் சான்றுகள் கொண்டுவரச் சொல்வோம். உதாரணமாக, ஒரு பெரிய மலையைக் கண்டுபிடித்தான் என்றால், அவன் அதிலிருந்து சில கற்களைக் கொண்டுவர வேண்டும்."

புவியியல் அறிஞர் திடீரெனச் சிலிர்த்தெழுந்தார்.

"நீ வெகுதூரத்திலிருந்து வந்திருக்கிறாய்! நீ ஓர் ஆய்வாளன்! நீ உன் கிரகத்தைப் பற்றி விவரமாகச் சொல்."

பிறகு, அவர் ஒரு பெரிய குறிப்பேட்டைத் திறந்து வைத்தார். பென்சிலைச் சீவினார். அறிஞர்கள் ஆய்வாளர்கள் சொல்வதையெல்லாம் முதலில் பென்சிலால் குறித்துக்கொள்வார்கள். மையால் எழுதுவதற்கு முன், அவர்கள் சான்றுகள் கொண்டுவரட்டும் என்று காத்திருப்பார்கள்.

"அப்போது, உன் கிரகத்தில்?" என்று கேட்டார் புவியியல் அறிஞர்.

"என் கிரகத்தில் அவ்வளவு சுவாரசியமாக எதுவும் நடக்காது. அது மிகச் சின்ன கிரகம். அங்கு எனக்கு மூன்று எரிமலைகள் உண்டு. அவற்றில் இரண்டு செயல்படும். மற்றொன்று அணைந்துபோய்விட்டது. இருந்தாலும், எதையும் நிச்சயமாகச் சொல்ல முடியாதல்லவா?"

சின்னஞ்சிறு இளவரசன்

"எதையும் நிச்சயமாகச் சொல்ல முடியாதுதான்" என்று ஆமோதித்தார் புவியியல் அறிஞர்.

"என்னிடம் ஒரு மலரும்கூட உண்டு."

"மலரையெல்லாம் நாங்கள் கணக்கில் எடுத்துக்கொள்வதில்லை" என்றார் புவியியல் அறிஞர்.

"ஏன்? அதுதான் எத்தனை அழகு!"

"மலர்களெல்லாம் தற்காலிகமானவையல்லவா?"

"தற்காலிகம் என்றால் என்ன?"

புவியியல் அறிஞர் சொன்னார்: "புவியியல் புத்தகங்கள் மற்ற புத்தகங்களை விடவும் முக்கியமானவை. அவை வழக்கொழிந்துபோகக் கூடியவையல்ல. மலை இடம் மாறுவது அரிதினும் அரிது. அதுபோல், பெருங்கடல் தண்ணீரையெல்லாம் இழப்பதும் அரிதினும் அரிது. நாங்கள் நிரந்தரமானவற்றைப் பற்றித்தான் எழுதுகிறோம்."

"ஆனால், எரிமலைகள் வெடிக்கக்கூடுமே. அப்படியென்றால் 'தற்காலிகம்' என்பதன் பொருள் என்ன?" என்று குறுக்கிட்டான் இளவரசன்.

"எரிமலை வெடித்தாலும் வெடிக்காமல் போனாலும் எங்களுக்குக் கவலையில்லை" என்றார் புவியியல் அறிஞர். "எங்களுக்கு அது மலையாய் இருப்பதுதான் முக்கியம். அது மாறப்போவதில்லையே."

"அதிருக்கட்டும், 'தற்காலிகம்' என்றால் என்ன?" இளவரசன் ஒரு தடவை ஒரு கேள்வியைக் கேட்டுவிட்டால், அதை அப்படியே விட்டுவிட மாட்டான்.

"அதாவது, 'விரைவில் மறைந்துவிடும் தன்மை கொண்டது' என்பது பொருள்."

"அப்படியென்றால் என்னுடைய மலர் விரைவில் மறைந்துவிடும் தன்மை கொண்டதா?"

"ஆமாம்."

இளவரசன் தனக்குள் 'என்னுடைய மலர் தற்காலிகமானது. தன்னைப் பாதுகாத்துக்கொள்ள அவளிடம் நான்கு முட்கள்தான் இருக்கின்றன. அவளைத் தனியாக விட்டுவிட்டு வந்துவிட்டேனே!' என்று வருத்தப்பட்டான்.

கொஞ்ச நேரம்தான் வருத்தப்பட்டான். பின்னர் அவன் துணிவை வரவழைத்துக்கொண்டான்.

உடனே "வேறு எதைப் போய்ப் பார்க்கலாம் என்று எனக்கு அறிவுரை சொல்வீர்களா?" என்று கேட்டான்.

"பூமியைப் போய்ப் பார்க்கலாம், அது பெயர் பெற்றது" என்று புவியியல் அறிஞர் பதிலளித்தார்.

இளவரசன் தன்னுடைய மலரை நினைத்துக் கொண்டே புறப்பட்டுச் சென்றான்.

16

ஆகவே, அவன் சென்ற ஏழாவது கிரகம் பூமியாகும்.

பூமி ஏதோ ஒரு சாதாரண கிரகம் என்று நினைத்துவிடக் கூடாது! அதில் நூற்றுப் பதினோரு அரசர்கள் (கறுப்பின அரசர்களையும் சேர்த்து), ஏழாயிரம் புவியியல் அறிஞர்கள், ஒன்பது லட்சம் வணிகர்கள், எழுபத்தைந்து லட்சம் குடிகாரர்கள், முப்பத்தோரு கோடியே பத்து லட்சம் தற்பெருமைக்காரர்கள் இருக்கிறார்கள். அதாவது ஏறக்குறைய இருநூறு கோடிப் பெரியவர்கள் இருக்கிறார்கள்.

பூமியின் நீள அகலங்களைப் பற்றி உங்களுக்கு விளக்க ஒரு ஒப்பீடு தேவை யென்றால், மின்சாரம் கண்டுபிடிக்கும் முன் ஆறு கண்டங்களையும் சமாளிக்க, நான்கு லட்சத்து எழுபத்தி இரண்டாயிரத்து ஐநூற்றுப் பதினோரு தெருவிளக்கு ஏற்றுபவர்கள் தேவைப்பட்டிருப்பார்கள்.

தூரத்திலிருந்து பார்க்கும்போது அவர்கள் செயல்பாடு அற்புதமான காட்சியாக இருக்கும். ஒரு 'ஆப்பரா பாலே' நடனம் போன்றிருக்கும். அவர்கள் முதலில் நியூசிலாந்திலிருந்தும் ஆஸ்திரேலியாவிலிருந்தும் செயல்படத் தொடங்குவார்கள். விளக்குகளை ஏற்றிவைத்துவிட்டுத் தூங்கப் போய்விடுவார்கள். பிறகு, சீனாவிலிருந்தும் சைபீரியாவிலிருந்தும் தெருவிளக்கு ஏற்றுபவர்கள் வருவார்கள். பிறகு அவர்களும் ஓரத்தில் ஒதுங்கிக்கொள்வார்கள். அடுத்து வருவது ரஷ்யா, இந்தியாவிலிருந்து வருவோரின் முறை. அடுத்ததாக ஆப்பிரிக்கர், ஐரோப்பியர் முறை. பின்னர் தென் அமெரிக்கர் முறை. அதனைத் தொடர்ந்து வட அமெரிக்கர் முறை. அவர்கள் ஒருபோதும் முறைதவறிச் செயல்பட மாட்டார்கள். அது ஒரு கண்கொள்ளாக் காட்சி!

வட துருவத்திலும் தென் துருவத்திலும் விளக்கேற்றுபவர்கள் மட்டும் வேலையில்லாமல் இஷ்டம்போல் செயல்படுவார்கள். அவர்களுக்கு வருடத்திற்கு இரண்டு முறைதான் வேலை.

17

பேச்சில் அறிவாற்றலை வெளிப்படுத்த வேண்டுமானால், உண்மையை விட்டுக் கொஞ்சம் விலகிச் செல்ல நேரிடும். தெருவிளக்கு ஏற்றுபவர்கள் பற்றிப் பேசம்போது நான் முழு உண்மையைச் சொல்லவில்லை. நம் கிரகத்தைப் பற்றித் தெரியாதவர்களுக்கு அது பற்றி நான் தவறான கருத்தை ஏற்படுத்திவிடக்கூடும். பூமியில் மனிதர்கள் பயன்படுத்தும் இடம் மிகச் சிறியது. இரண்டாயிரம் கோடி மக்களும் ஒரு கூட்டமாக நிற்பதுபோல் ஒட்டி ஒட்டி நின்றார்களானால் இருபது மைல் நீளமும் இருபது மைல் அகலமும் கொண்ட ஒரு இடத்தில் அவர்கள் அடங்கிவிடலாம். பசிபிக் மாக்கடலில் ஏதாவது ஒரு தீவில் அவர்களை அடைத்துவிடலாம்.

ஆனால், பெரியவர்கள் நாம் சொல்வதை நம்புவதில்லை. அவர்களுக்கு அதிக இடம் தேவைப்படுகிறது என்று எண்ணுகிறார்கள். பவோபாப் மரங்கள்போல் அவர்களும் தங்களுக்கு அதிக முக்கியத்துவம் கொடுத்துக்கொள்கிறார்கள். கணக்குப் பார்க்கும்படி அவர்களுக்கு யோசனை சொல்லுங்கள். எண்கள் அவர்களுக்குப் பிடிக்கும். அவற்றை அவர் விரும்புவார்கள். ஆனால், அந்த வேலையில் நீங்கள் உங்கள் நேரத்தை வீணடிக்க வேண்டாம். அது தேவையில்லாத வேலை. என்னை நம்புங்கள்.

பூமிக்கு வந்ததும் அங்கு யாரையும் பார்க்க முடியாததால் இளவரசன் வியப்பில் ஆழ்ந்தான். இடம் மாறி வந்துவிட்டோமோ என்று அவன் நினைக்க ஆரம்பிக்கும் போது நிலவின் ஒளிக் கீற்றுப்போல் ஒரு கயிறு மண்ணில் புரள்வதைப் பார்த்தான்.

எதற்கும் இருக்கட்டுமென்று “மாலை வணக்கம்” சொல்லிவைத்தான்.

“மாலை வணக்கம்” என்றது பாம்பு.

“நான் எந்தக் கிரகத்தில் வந்து விழுந்திருக்கிறேன்?” என்றான் இளவரசன்.

“பூமியில், ஆப்பிரிக்க மண்ணில்” என்றது பாம்பு.

“அப்படியா. . . இங்கு யாரும் வசிப்பதில்லையா?”

“இது பாலைவனம். இங்கு யாரும் இருக்க மாட்டார்கள். பூமி பிரம்மாண்டமானது” என்று பாம்பு சொன்னது.

இளவரசன் ஒரு கல்லின் மீது உட்கார்ந்துகொண்டு பார்வையை வானத்தின் பக்கம் செலுத்தியபடி சொன்னான்: “வானத்தில் விண்மீன்கள் பிரகாசிப்பதற்குக் காரணம் நாம் ஒவ்வொருவரும் ஒருநாள் நமக்குரிய விண்மீனை மீண்டும் கண்டுபிடிப்போம் என்பதற்காக இருக்குமோ என்று எனக்கு நினைக்கத் தோன்று கிறது. என்னுடைய கிரகத்தைப் பார். அது நமக்கு நேர் உயரே இருக்கிறது . . . ஆனாலும், எவ்வளவு தூரத்தில் இருக்கிறது!”

“அழகாகத்தான் இருக்கிறது” என்று பாம்பு சொன்னது. “நீ ஏன் இங்கு வந்தாய்?”

இளவரசன் சொன்னான்: “எனக்கு ஒரு மலரோடு பிரச்சினை ஏற்பட்டது. அதனால்தான் இங்கே வந்தேன்.”

“அப்படியா?” என்றது பாம்பு.

இருவரும் சற்று நேரம் மௌனமாக இருந்தார்கள்.

இளவரசன்தான் பேச்சைத் தொடங்கினான்: “மனிதர்கள் எங்கே இருக்கிறார்கள்? பாலைவனத்தில் தனியாக அல்லவா இருக்க வேண்டியிருக்கும் . . .”

“மனிதர்கள் மத்தியிலும் தனியாகத்தான் இருக்க வேண்டியிருக்கிறது.”

இளவரசன் அந்தப் பாம்பை நீண்ட நேரம் பார்த்துவிட்டுச் சொன்னான்:

அங்கு யாரையும் பார்க்க முடியாததால் சின்னஞ்சிறு இளவரசன் வியப்பில் ஆழ்ந்தான்.

"நீ ஒரு வேடிக்கையான பிராணி. ஒரு கைவிரல் மொத்தத்துக்குத்தான் இருக்கிறாய்...."

"ஆனால் நான் ஒரு அரசனின் கைவிரலைவிட அதிக பலம் கொண்டவன்" என்றது பாம்பு.

அதைக் கேட்டதும் இளவரசன் முகத்தில் ஒரு புன்னகை. "நீ ஒன்றும் பலம் கொண்டவனில்லை. உனக்குக் கால்களும் இல்லை. உன்னால் பயணம் செய்யக்கூட முடியாது..."

"ஒரு கப்பலைவிட என்னால் உன்னை அதிக தூரம் கொண்டுபோய் விட முடியும்" என்றது பாம்பு. பின்னர், அது இளவரசனின் கணுக்காலை ஒரு பொற்கொலுசுபோல் சுற்றிக்கொண்டு சொன்னது:

"நான் ஒருவரைத் தொட்டால், அவர் பிறந்து வந்த மண்ணுக்கே அவரை அனுப்பி வைக்க முடியும். ஆனால், நீயோ பரிசுத்தமானவன். ஒரு விண்மீனிலிருந்து வந்திருக்கிறாய்..."

இளவரசன் பதில் ஏதும் சொல்லவில்லை.

"உன்னைப் பார்த்தால் பரிதாபமாக இருக்கிறது. இந்தக் கட்டாந்தரையில் நீ இன்னும் அதிக பலவீனத்துடன் இருக்கிறாய். நீ உன் கிரகத்தை விட்டு வந்ததை நினைத்து வருத்தப்படுகிறாய் என்றால் அதைப் போக்க என்னாலான உதவியைச் செய்ய முடியும். என்னால்..."

இளவரசன் சொன்னான்: "ஓ, அப்படியா! எனக்கு மிகவும் நன்றாகப் புரிகிறது. எதற்காக நீ புதிர்கள் வைத்துப் பேசிக்கொண்டிருக்கிறாய்?"

"நான் எல்லாப் புதிர்களையும் அவிழ்த்துவிடுகிறேன்" என்றது பாம்பு.

பின்பு இருவரும் மௌனமானார்கள்.

18

சின்னஞ்சிறு இளவரசன் பாலைவனத்தைக் கடந்து செல்லும்போது ஒரே ஒரு மலர் மட்டுமே அவன் கண்ணில் பட்டது. அது மூன்று இதழ்கள் மட்டுமே கொண்ட மிகச் சாதாரண மலர்...

"வணக்கம்" என்றான் இளவரசன்.

பதிலுக்கு மலர் வணக்கம் சொன்னது.

"மக்களெல்லாம் எங்கே?" என்று இளவரசன் அடக்கத்துடன் கேட்டான்.

"நீ ஒரு வேடிக்கையான பிராணி. ஒரு கைவிரல் மொத்தத்துக்குத்தான் இருக்கிறாய்."

ஒருநாள் அந்த மலர் நாடோடிக் கும்பலொன்று போவதைப் பார்த்திருக்கிறது.

"மக்களா? ஐந்தாறு பேர் இருக்கிறார்கள். பல ஆண்டுகளுக்கு முன் நான் பார்த்திருக்கிறேன். அவர்கள் இப்போது எங்கே இருக்கிறார்கள் என்று தெரியாது. காற்றடிக்கும் திசையில் அவர்கள் போய்க்கொண்டிருப்பார்கள். அவர்கள் வேரற்றவர்கள். அதுதான் அவர்கள் பிரச்சினை."

"போய்வருகிறேன்" என்றான் இளவரசன்.

"போய்வா" என்றது மலர்.

19

இளவரசன் உயர்ந்த மலையொன்றின் மீது ஏறினான். அதுவரை அவனுக்கு அவனுடைய மூன்று எரிமலைகள் மட்டுமே தெரிந்திருந்தது. ஆனால், அவை முழங்கால் உயரம் கொண்டவை. செயலிழந்த எரிமலையை அவன் முக்காலியாகப் பயன்படுத்திவந்தான். இதுபோன்ற உயரமான மலை மீதிருந்து ஒரே பார்வையில் முழுக் கிரகத்தையும், அதில் வாழும் எல்லா மக்களையும் பார்த்துவிடுவேன் என்று தனக்குள் சொல்லிக்கொண்டான். ஆனால், கூர்மையான மலை உச்சிகளை மட்டுமே அவனால் பார்க்க முடிந்தது.

"வணக்கம்" என்று சொல்லிப்பார்த்தான்.

"வணக்கம்... வணக்கம்... வணக்கம்..." என்று எதிரொலி மட்டுமே வந்தது.

"நீ யார்?" என்று இளவரசன் கேட்டான்.

"நீ யார்?... நீ யார்?... நீ யார்?" என்று எதிரொலி கேட்டது.

"எனக்கு நண்பர்களாக இருங்கள், நான் தனியாக இருக்கிறேன்" என்றான் இளவரசன்.

"நான் தனியாக இருக்கிறேன்... நான் தனியாக இருக்கிறேன்... நான் தனியாக இருக்கிறேன்..." என்று எதிரொலி கேட்டது.

"என்ன வேடிக்கையான கிரகம்!" என்று அவன் நினைத்தான். "முற்றிலும் காய்ந்து கிடக்கிறது. கூராக இருக்கிறது. உப்பாகவும் இருக்கிறது. இங்குள்ள மக்களுக்குக் கற்பனா சக்தி இல்லை. மற்றவர்கள் சொன்னதையே திருப்பிச் சொல்கிறார்கள்...என்னுடைய கிரகத்தில் ஒரு மலர் இருந்தாள். அவள்தான் முதலில் உரையாடலைத் தொடங்குவாள்..."

20

சின்னஞ்சிறு இளவரசன் மண்மேடுகள், பாறைகள், பனிப்பிரதேசங்கள் எல்லாவற்றையும் கால்நடையாகவே கடந்து சென்றபோது தற்செயலாக ஒரு சாலையைப் பார்த்துவிட்டான். சாலைகளெல்லாம் மனிதர்களை நோக்கித்தான் செல்லும்.

"வணக்கம்" என்று இளவரசன் சொன்னான்.

அது ரோஜா மலர்கள் பூத்துக் குலுங்கிய தோட்டம்.

"வணக்கம்" என்றன ரோஜாக்கள்.

இளவரசன் அவற்றை உற்றுப் பார்த்தான். அவையெல்லாம் அவனுடைய ரோஜாவையே ஒத்திருந்தன.

"நீங்கள் யார்?" என்று வியப்புடன் கேட்டான்.

"நாங்களெல்லாம் ரோஜாக்கள்" என்று அவை பதிலளித்தன.

"அப்படியா" என்றான் இளவரசன்.

என்ன வேடிக்கையான கிரகம்! முற்றிலும் காய்ந்து கிடக்கிறது. கூராக இருக்கிறது.

உடனே அவனுக்கு வேதனை ஏற்பட்டது. அவனுடைய மலர் அவனிடம் தான்தான் பிரபஞ்சத்திலிருக்கும் ஒரே ரோஜா என்று சொல்லிக்கொண்டிருந்தாள். ஆனால், இங்கோ ஒரே மாதிரியான ஐந்தாயிரம் ரோஜாக்கள் இருக்கின்றன. அதுவும் ஒரே தோட்டத்தில்.

அவன் தனக்குள் சொல்லிக்கொண்டான்: "அவள் இதனைப் பார்த்தால் கோபித்துக் கொள்வாள். மிகுதியாகத் தும்மலிடுவாள். ஏளனத்தைத் தவிர்க்க இறந்து போவதாகப் பாவனை செய்வாள். நானும் அவளைக் குணப்படுத்துவதுபோல் பாசாங்கு செய்ய வேண்டும். இல்லையென்றால், அவமானப்படுத்துவதற்காக அவள் உண்மையிலேயே இறந்துவிடக்கூடும்."

அவன் தனக்குள் மேலும் சொல்லிக்கொண்டான்: "என்னிடம் எனக்கே உரிய ஒரு ரோஜா மலர் இருந்ததால் நான் பணக்காரன் என்று நினைத்துக்கொண் டிருந்தேன். ஆனால், என்னிடமிருந்த ரோஜாவோ ஒரு சர்வசாதாரணமான ரோஜாதான். அந்த ரோஜா, என் முழங்கால் அளவுக்கு வரும் மூன்று எரிமலைகள் (அவற்றில் ஒன்று செயலற்றுப்போன எரிமலை; ஒருவேளை அது எப்போதுமே செயலற்றதாக இருக்கலாம்) இவையெல்லாம் என்னை ஒரு பெரிய இளவரசனாக்கிவிடவில்லை . . . ." அதை நினைத்துக்கொண்டு, புல் தரையில் படுத்தபடி கண்ணீர் வடித்தான்.

21

அந்த நேரத்தில்தான் நரி ஒன்று அங்கு வந்தது.

"வணக்கம்" என்றது நரி.

"வணக்கம்" என்று இளவரசன் பணிவுடன் சொன்னான். ஆனால், அவன் திரும்பிப் பார்த்தபோது அவன் கண்ணில் எதுவும் படவில்லை.

"இதோ, இந்த ஆப்பிள் மரத்தடியில் இருக்கிறேன்" என்றது ஒரு குரல்.

"அழகாக இருக்கிறாயே, நீ யார்?" என்று கேட்டான் இளவரசன்.

"நான்தான் நரி" என்று நரி தன்னை அறிமுகப்படுத்திக்கொண்டது.

"நான் ரொம்பக் கவலையாக இருக்கிறேன்; என்னுடன் வந்து விளையாடு" என்று அழைத்தான் இளவரசன்.

"நான் உன்னோடு விளையாட முடியாது. நான் இன்னும் பழக்கப்படுத்தப்பட வில்லை."

"மன்னிக்க வேண்டும். என்ன சொன்னாய்?" என்று கேட்டான் இளவரசன். சற்று யோசித்த வேண்டும் பின் மீண்டும் கேட்டான்: "பழக்கப்படுத்துதல் என்றால் என்ன?"

"நீ இங்குள்ளவனில்லை . . . எதைத் தேடிக்கொண்டிருக்கிறாய்?" என்றது நரி.

புல்தரையில் படுத்துக்கொண்டு கண்ணீர் வடித்தான்.

"மனிதர்களைத் தேடிக்கொண்டிருக்கிறேன் . . . அது சரி, பழக்கப்படுத்துதல் என்றால் என்ன?" என்று இளவரசன் மீண்டும் கேட்டான்.

"மனிதர்களையா தேடுகிறாய்?" என்று நரி கேட்டது. "அவர்கள் துப்பாக்கி வைத்திருப்பார்கள். வேட்டையாடுவார்கள். அதனால்தான் பெரிய தொல்லை. அவர்கள் கோழி வளர்ப்பார்கள். அதுதான் அவர்களுக்குப் பிடித்தமானது . . . கோழிகளைத் தேடுகிறாயா?"

"இல்லை. நான் நண்பர்களைத் தேடுகிறேன் . . . பழக்கப்படுத்துதல் என்றால் என்ன?"

"அது மிகவும் அதிகமாக மறக்கப்பட்ட விஷயம். 'உறவுகளை உருவாக்குதல்' என்பது பொருள்."

"உறவுகளை உருவாக்குவதா?"

"ஆமாம், அப்படித்தான். என்னைப் பொறுத்தவரையில் நீ ஒரு சிறுவன். லட்சக்கணக்கான சிறுவர்களில் ஒருவன். நீ எனக்குத் தேவையில்லை. அதேபோல், உனக்கும் நான் தேவையில்லை. உன்னைப் பொறுத்தவரையில், லட்சக்கணக்கான நரிகளில் நானும் ஒரு நரி. ஆனால், நீ என்னைப் பழக்கப்படுத்திவிட்டால், நாம் ஒருவருக்கொருவர் தேவைப்படுவோம். உலகத்தில் நீ எனக்கே உரியவனாகிவிடுவாய். அதேபோல் நானும் உனக்கே உரியவனாகிவிடுவேன் . . ." என்று சொன்னது நரி.

"இப்போது எனக்குப் புரிகிறது. ஒரு மலர் இருந்தாள். அவள் என்னைப் பழக்கப்படுத்திவிட்டாள் என்று நினைக்கிறேன் . . ." என்றான் இளவரசன்.

"அப்படி இருக்க வாய்ப்பிருக்கிறது; இந்த பூமியில் எத்தனையோ விதமான விஷயங்கள் இருக்கின்றன," என்றது நரி.

உடனே, இளவரசன் "இல்லை, இல்லை, அது பூமியில் இல்லை" என்றான்.

நரி மிகவும் குழம்பிவிட்டது. "அப்படியானால், வேறொரு கிரகத்திலா?" என்று கேட்டது.

"ஆமாம்."

"அந்தக் கிரகத்தில் வேட்டையாடுபவர்கள் இருக்கிறார்களா?"

"இல்லை."

"அப்படியென்றால், அது சுவாரசியமான விஷயம்தான். கோழிகள் உண்டா?"

"இல்லை."

"எதுவும் முழுமையானதில்லை" என்று நரி பெருமூச்சு விட்டுக்கொண்டே சொன்னது.

ஆனால், நரி அவன் கருத்தை ஏற்றுக்கொண்டது.

"என் வாழ்க்கை உப்புச்சப்பற்றது. நான் கோழிகளை வேட்டையாடுகிறேன். மனிதர்கள் என்னை வேட்டையாடுகிறார்கள். எல்லாக் கோழிகளும் ஒரே மாதிரிதான். அதேபோல் எல்லா மனிதர்களும் ஒரே மாதிரிதான். ஆகையால், நான் கொஞ்சம் மனச்சோர்வடைகிறேன். ஆனால், நீ என்னைப் பழக்கப்படுத்திக் கொண்டால், என் வாழ்க்கையில் ஒளிவீசும். உன்னுடைய காலடி ஓசையை மற்ற காலடியோசைகளிலிருந்து பிரித்துப் பார்ப்பேன். மற்றவர்கள் காலடி ஓசை கேட்டால் நான் மண்ணுக்குள் மறைந்துவிடுவேன். உன்னுடைய காலடி ஓசை இனிய சங்கீதமாய் ஒலித்து என்னை வெளியில் வரச்செய்யும். அதோ பார். கோதுமை விளைந்திருக்கிறது. தெரிகிறதா? நான் ரொட்டி சாப்பிட மாட்டேன். கோதுமை எனக்குத் தேவையில்லை. கோதுமை வயல்கள் என்னைக் கொஞ்சம்கூடப் பாதிப்பதில்லை. கவலைதான் மிஞ்சுகிறது. ஆனால், உன் தலைமுடி பொன்னிறமாக இருக்கிறது. நீ என்னைப் பழக்கப்படுத்திவிட்டால் உன்னதமாக இருக்கும். பொன்னிறமாகும் கோதுமைப் பயிர் உன்னை நினைவுக்குக் கொண்டுவரும். கோதுமை விளைச்சலில் புகுந்து வரும் காற்றின் ஓசையை நான் ரசிப்பேன் . . ."

நரி மௌனமாக இளவரசனையே நீண்ட நேரம் பார்த்துக் கொண்டிருந்தது.

பிறகு "தயவுசெய்து என்னைப் பழக்கிவிடு!" என்றது.

இளவரசன் "எனக்கு விருப்பம்தான், ஆனால், நேரமில்லையே; நான்

நிறைய நண்பர்களைச் சந்திக்க வேண்டும்; எனக்கு நிறைய வேலையும் இருக்கிறதே" என்றான்.

நரி பதிலளித்தது: "பழக்கப்படுத்தியதைத்தான் புரிந்துகொள்ள முடியும். மனிதர்கள் எதையும் புரிந்துகொள்வதற்கு நேரமில்லை. ஏற்கெனவே தயாரித்த பொருட்களை வேண்டுமானால் கடையில் வாங்கலாம். நண்பர்களை விற்பதற்குக் கடைகள் இல்லை என்பதால், மனிதர்களுக்கு நண்பர்கள் கிடைப்பதில்லை. உனக்கு ஒரு நண்பன் வேண்டுமானால் என்னைப் பழக்கப்படுத்திக்கொள்!"

"அதற்கு என்ன செய்ய வேண்டும்?"

நரி விளக்க ஆரம்பித்தது: "அதிகம் பொறுமை வேண்டும். கொஞ்ச தூரத்தில் இதுபோல் புல்தரையில் போய் உட்கார். நான் உன்னை ஓரக்கண்ணால் பார்ப்பேன். நீ எதுவும் சொல்லக் கூடாது. மொழிதான் தவறான புரிதல்களுக்கு எல்லாம் காரணம். ஆனால், ஒவ்வொரு நாளும் கொஞ்சம் நெருங்கி உட்காரலாம் . . ."

மறுநாளும் இளவரசன் வந்தான்.

"ஒவ்வொரு நாளும் அதே நேரத்தில் வந்தால் நல்லது. நீ பிற்பகல் நான்கு மணிக்கு வருவாயென்றால் மூன்று மணிக்கே நான் உற்சாகமாகிவிடுவேன். நான்கு மணியானதும் நான் நிலைகொள்ளாமல் தவிப்பேன். சுகம் என்றால் என்னவென்று எனக்குப் புரியும்! நீ கண்ட கண்ட நேரத்தில் வந்தால், உன்னை வரவேற்பதற்கு என் மனதை எப்போது தயார் நிலையில் வைக்க வேண்டும் என்று எனக்குத் தெரியாது . . . எல்லாவற்றிற்கும் சில சடங்குகள் தேவை" என்று நரி சொன்னது.

"சடங்கு என்றால்?"

"சடங்கா? அதுவும்கூட அதிகம் மறந்துபோன விஷயம்தான். சடங்குகளால்தான் ஒவ்வொரு நாளும் மற்ற நாட்களிலிருந்தும், ஒவ்வொரு மணிநேரமும் மற்ற மணிநேரங்களிலிருந்தும் வேறுபடுகிறது. எடுத்துக்காட்டாக, என்னை வேட்டையாடுபவர்களிடம் ஒரு சடங்கு இருக்கிறது. வியாழக்கிழமைகளில் அவர்கள் கிராமப் பெண்களுடன் கூத்தடித்துக்கொண்டிருப்பார்கள். வியாழக்கிழமை அற்புதமான நாள். அன்று நான் திராட்சைத் தோட்டம்வரை போய்விட்டு வருவேன். அவர்கள் கண்ட கண்ட நேரத்தில் அப்படிச் செய்தால் எனக்கு ஓய்வு நேரம் இருக்காது."

ஒருவாறாக இளவரசன் நரியைப் பழக்கப்படுத்திக்கொண்டான். அவன் புறப்படும் நேரம் நெருங்கியது.

"எனக்கு அழுகை வருகிறது" என்றது நரி.

உடனே இளவரசன் சொன்னான்: "அது உன்னுடைய தவறு. நான் உனக்கு ஒரு தீங்கும் நினைக்கவில்லை. நீதான் நான் உன்னைப் பழக்கப்படுத்த வேண்டுமென்று சொன்னாய் . . ."

"உண்மைதான்" என்றது நரி.

"ஆனால், உனக்கு அழுகை வருகிறதே!"

நீ பிற்பகல் நான்கு மணிக்கு வருவாயென்றால், மூன்று மணிக்கே நான் உற்சாகமாகிவிடுவேன்.

“உண்மைதான்.”

“அப்படியானல் உன்னை நான் பழக்கப்படுத்தியதால் உனக்கு எந்த நன்மையும் இல்லையே?”

“இருக்கிறது. உன் முடி கோதுமை வயல் நிறத்திலிருப்பதால்” என்றது நரி.

அது தொடர்ந்து சொன்னது: “மீண்டும் ரோஜாக்களைப் போய்ப் பார். அப்போதுதான் உன்னுடைய ரோஜா ஒப்பற்றவள் என்பது தெரியும். பிறகு மறுபடியும் என்னிடம் வந்து விடைபெற்றுக்கொண்டு போ. அப்போது பரிசாக உன்னிடம் ஒரு ரகசியம் சொல்கிறேன்.”

இளவரசன் ரோஜாக்களை மீண்டும் பார்க்கச் சென்றான். அப்போது அவன் சொன்னான்:

“நீங்கள் யாரும் என் ரோஜாபோல் இல்லை. நீங்கள் எதற்கும் பயனில்லை. உங்களை யாரும் இதுவரை பழக்கப்படுத்திக்கொள்ளவில்லை. நீங்களும் யாரையும் பழக்கப்படுத்திக்கொள்ளவில்லை. நான் பார்த்துவிட்டு வந்த நரியைப் போலவே இருக்கிறீர்கள். அந்த நரி லட்சோப லட்ச நரிகளில் ஒன்றாகத்தான் இருந்தது. நான் அதனை நண்பனாக்கிக்கொண்டேன். இப்போது அது மற்ற நரிகளிலிருந்து வேறுபட்டிருக்கிறது.”

ரோஜாக்களுக்கு இது சங்கடமாக இருந்தது.

இளவரசன் மேலும் சொன்னான்:

“நீங்கள் அழகாக இருக்கிறீர்கள். ஆனால், நிறைவில்லாமல் இருக்கிறீர்கள். உங்களுக்காக யாரும் உயிரைவிட மாட்டார்கள். என்னுடைய ரோஜாவை எடுத்துக்கொண்டால், சாதாரண வழிப்போக்கன் ‘அவள் உங்களைப்போல் இருக்கிறாள்’ என்பான். இருந்தாலும், அவள் உங்களைவிட முக்கியமானவள். ஏனென்றால், அவளுக்கு நான்தான் நீர்விட்டு வளர்த்தேன். அவளைத்தான் மூடி போட்டுப் பாதுகாத்தேன். அவளைத்தான் ஒரு தட்டியால் மறைத்துவைத்தேன். அவளுக்காகத்தான் புழுக்களைக் கொன்றேன். (பட்டாம்பூச்சிகளுக்காக ஒன்றிரண்டை விட்டுவிட்டு.) அவள் புலம்புவது, அல்லது தற்பெருமை பேசுவது, சில சமயம் உம்மென்று இருப்பதையெல்லாம் பொறுத்துக்கொண்டேன். ஏனென்றால், அவள் என்னுடைய ரோஜா.”

மீண்டும் நரியிடம் திரும்பிவந்து, “விடைபெற்றுக் கொள்கிறேன்” என்றான்.

“போய்வா,” என்றது நரி. அது தொடர்ந்து “என்னுடைய ரகசியம் இதுதான். எளிமையான மனம் இருந்தால்தான் சரியாகப் பார்க்க முடியும். இன்றியமையாதவையெல்லாம் கண்ணுக்குத் தெரிவதில்லை” என்றது.

“இன்றியமையாதவையெல்லாம் கண்ணுக்குத் தெரிவதில்லை” என்பதை மறந்து விடாமல் இருப்பதற்காக இளவரசன் திரும்பத் திரும்பச் சொல்லிக்கொண்டான்.

“நீ ரோஜாவிற்காகச் செலவிட்ட நேரத்தினால்தான் ரோஜா அவ்வளவு முக்கியத்துவம் பெறுகிறது.”

“நான் ரோஜாவிற்காகச் செலவிட்ட நேரத்தினால்தான் . . .” இதை மறந்து விடாமலிருக்க இளவரசன் திரும்பத் திரும்பச் சொல்லிக்கொண்டான்.

“மற்றவர்களெல்லாம் இந்த உண்மையை மறந்துவிட்டார்கள். ஆனால், நீ அதை மறக்கக் கூடாது. நீ பழக்கப்படுத்திக்கொண்டதற்கு நீதான் பொறுப்பு. ஆகவே உன் ரோஜாவுக்கு நீதான் பொறுப்பு . . .”

“என் ரோஜாவுக்கு நான்தான் பொறுப்பு” என்பதை மறந்துவிடாமல் இருப்பதற்காக இளவரசன் திரும்பத் திரும்பச் சொல்லிக்கொண்டான்.

22

“வணக்கம்” என்று சொன்னான் சின்னஞ்சிறு இளவரசன்.

பாயிண்ட்ஸ்மேன் பதிலுக்கு வணக்கம் சொன்னான்.

“இங்கு என்ன செய்துகொண்டிருக்கிறாய்?” என்று கேட்டான் இளவரசன்.

“நான் பயணிகளை ஆயிரம் ஆயிரமாகப் பிரித்துக்கொண்டிருக்கிறேன். அவர்கள் போக வேண்டிய ரயிலில் அவர்களை அனுப்பிவைக்கிறேன். அவர்கள் சில சமயம் வலது பக்கமும் சில சமயம் இடது பக்கமும் போவார்கள்” என்றான் பாயிண்ட்ஸ்மேன்.

விரைவு ரயில் ஒன்று ஒளிவீசிக்கொண்டும் இடியோசைபோல் முழங்கிக்கொண்டும் வந்து பாய்ண்ட்ஸ்மேன் அறையை அதிரவைத்தது.

“அவர்களெல்லாம் அவசரமாக ஓடுகிறார்களே, அவர்கள் எதைத் தேடி ஓடுகிறார்கள்?” என்று இளவரசன் கேட்டான்.

“ரயிலை இயக்குபவனுக்கே அது தெரியாது” என்றான் பாய்ண்ட்ஸ்மேன்.

எதிர்த் திசையிலிருந்து, ஒளிவீசிக்கொண்டு இரண்டாவது விரைவு ரயில் ஒன்று வந்து உறுமியது.

“அதற்குள் திரும்பிவிட்டார்களா?” என்று கேட்டான் இளவரசன்.

பாய்ண்ட்ஸ்மேன் சொன்னான்: “இது அவர்களல்ல. வேறு பயணிகள்.”

“இருந்த இடம் அவர்களுக்குத் திருப்தியாக இல்லையா?”

“இருக்கும் இடத்தில் அவர்கள் ஒருபோதும் திருப்தியடைய மாட்டார்கள்” என்றான் பாய்ண்ட்ஸ்மேன்.

இதற்கிடையில், மூன்றாவது விரைவு ரயில் ஒளிவீசிக்கொண்டு இடிமுழக்கத் தோடு வந்தது.

இளவரசன் கேட்டான்: “முன்பு சென்றவர்களை இவர்கள் துரத்திக்கொண்டு போகிறார்களா?”

பாய்ண்ட்ஸ்மேன் சொன்னான்: "இவர்கள் யாரையும் துரத்திக்கொண்டு போகவில்லை. இதில் போகிறவர்களெல்லாம் உள்ளே தூங்கிக்கொண்டிருப்பார்கள்; அல்லது கொட்டாவி விட்டுக்கொண்டிருப்பார்கள். குழந்தைகள்தான் சன்னல் கண்ணாடியில் முகத்தை வைத்துக்கொண்டிருப்பார்கள்."

"குழந்தைகளுக்குத் தாங்கள் எதைத் தேடுகிறோம் என்று தெரியும். கிழிந்த துணிகளால் செய்திருக்கும் பொம்மைக்காக நேரம் செலவிடுவார்கள். அவர்களிடமிருந்து அதைப் பிடுங்கினால் அழ ஆரம்பித்துவிடுவார்கள்..." என்றான் இளவரசன்.

"அவர்கள் கொடுத்துவைத்தவர்கள்தான்" என்றான் பாய்ண்ட்ஸ்மேன்.

23

"**வ**ணக்கம்" என்றான் இளவரசன்.

"வணக்கம்" என்றான் வியாபாரி.

அவன் தாகத்தைத் தடுக்கும் மாத்திரைகள் செய்து விற்பவன். வாரத்துக்கு ஒரு மாத்திரை சாப்பிட்டால் போதும்; பிறகு தாகமே எடுக்காது.

"எதற்காக இதை விற்கிறாய்?" என்று கேட்டான் இளவரசன்.

வியாபாரி சொன்னான்: "இதனால் நிறைய நேரம் மிச்சமாகும். நிபுணர்கள் கணக்குப் போட்டுப்பார்த்து சொல்லிவிட்டார்கள். ஒவ்வொரு வாரமும் ஐம்பத்து மூன்று நிமிடங்கள் மிச்சமாகும்".

"அந்த ஐம்பத்து மூன்று நிமிடங்களை வைத்து என்ன செய்யப்போகிறோம்?"

"எது வேண்டுமானாலும் செய்யலாம்."

"எனக்கு அந்த ஐம்பத்து மூன்று நிமிடங்கள் கிடைத்தால் நான் மெல்ல நடந்து ஒரு நீரூற்றுவரை செல்வேன்" என்றான் இளவரசன்.

24

விமானத்தில் பழுது ஏற்பட்டு எட்டு நாட்களாகிவிட்டன. என்னிடம் மிச்சமிருந்த தண்ணீரைக் குடித்துக்கொண்டே அந்த வியாபாரி பற்றிய கதையைக் கேட்டேன்.

இளவரசனைப் பார்த்து, "ஆகா, உன்னுடைய நினைவுகள் எவ்வளவு இனிமையாக இருக்கின்றன! என்னுடைய விமானத்தை இன்னும் பழுதுபார்த்து முடிக்கவில்லை. குடிப்பதற்குத் தண்ணீர் தீர்ந்துபோய்விட்டது. மெல்ல நடந்து ஒரு நீரூற்றுப் பக்கம் போனால் நன்றாக இருக்கும்!" என்று சொன்னேன்.

அதற்கு அவன் "என் நண்பன் நரி . . ." என்று இழுத்தான்.

"சின்னப் பையா, நரிக்கு இங்கு வேலையில்லை."

"ஏன்?"

"நாம் தண்ணீர் இல்லாமல் சாகப்போகிறோம். அதுதான் காரணம்."

என்னுடைய வாதத்தைப் புரிந்துகொள்ளாமல் அவன் பதிலளித்தான்:

"நாம் சாகப்போகிறோம் என்றாலும் நமக்கு ஒரு நண்பன் இருப்பது நல்லதுதான். எனக்கு ஒரு நரி நண்பனாக இருப்பது மகிழ்ச்சிதான் . . ."

நான் எனக்குள் சொல்லிக்கொண்டேன்: "அவன் ஆபத்தை உணரவில்லை. அவனுக்குப் பசியோ தாகமோ கிடையாது. கொஞ்சம் சூரிய ஒளி இருந்தால் போதும் . . ."

அவன் என்னைப் பார்த்து, என் மனதில் நினைத்ததற்குப் பதில் சொன்னான்.

"எனக்கும் தாகம் எடுக்கிறது. ஒரு நீரூற்றைத் தேடிப்போவோம் . . ."

எனக்குக் களைப்பு ஏற்பட்டது. அந்த மிகப்பெரிய பாலைவனத்தில் கண்மூடித்தனமாக ஒரு கிணற்றை நோக்கிப் போவது அபத்தம். இருந்தாலும் நாங்கள் நடக்க ஆரம்பித்தோம்.

பல மணிநேரம் மௌனமாக நடந்துகொண்டிருக்கும்போது இருள் கவிந்தது. வானத்தில் விண்மீன்கள் கண்சிமிட்ட ஆரம்பித்தன. தாகத்தில் தவித்ததால் கொஞ்சம் காய்ச்சல் ஏற்பட்டது. விண்மீன்களைக் கனவில் பார்ப்பதுபோல இருந்தது. இளவரசனின் சொற்கள் என் நினைவில் நர்த்தனம் ஆடிக்கொண்டிருந்தன:

"உனக்கும் தாகமா?" என்று கேட்டேன்.

அவன் என்னுடைய கேள்விக்குப் பதில் சொல்லவில்லை. "மனதிற்குக்கூட தண்ணீர் அவசியம்..." என்றான்.

அவனுடைய பதில் எனக்குப் புரியவில்லை. ஆனால் நான் மௌனமாகி விட்டேன்... அவனிடம் கேள்வி கேட்கக் கூடாது என்று எனக்குத் தெரியும்.

அவன் களைத்துப்போய் உட்கார்ந்துவிட்டான். நான் அவன் அருகில் உட்கார்ந்தேன். சற்று மௌனமாக இருந்துவிட்டு அவன் சொன்னான்:

"ஒரு மலர் கண்ணுக்குத் தெரியாமல் இருப்பதால் விண்மீன்கள் அழகாக இருக்கின்றன..."

"உண்மைதான்" என்று சொல்லிவிட்டு, எதுவும் பேசாமல், நிலவின் ஒளியில் மண் மடிப்புகளைப் பார்த்தேன்.

"பாலைவனம் அழகாகத்தான் இருக்கிறது" என்று சொன்னான்.

அதுவும் உண்மைதான். எனக்குப் பாலைவனமென்றால் பிடிக்கும். ஒரு மண் திட்டில் உட்கார்ந்து பார்த்தால் எதுவும் தெரியாது. எந்த ஓசையும் காதில் விழாது. இருந்தாலும் அந்த நிசப்தத்தில் ஏதோ ஒன்று ஒளிவீசும்...

"பாலைவனத்திற்கு அழகு சேர்ப்பது அது எங்கோ மறைத்து வைத்திருக்கும் கிணறுதான்..." என்றான் இளவரசன்.

அந்த மண்ணின் மர்மமான ஒளியின் ரகசியத்தை திடீரென நான் கண்டு பிடித்துவிட்டது எனக்கே வியப்பாக இருந்தது. நான் சிறுவனாக இருந்த போது ஒரு பழைய வீட்டில் வசித்துவந்தேன். அதில் ஒரு புதையல் இருப்பதாக வதந்தி உலவியது. உண்மையில், அதை யாரும் கண்டுபிடிக்கவில்லை, யாரும் தேடவும் இல்லை. இருந்தாலும் அது அந்த வீட்டுக்கு ஈர்ப்பைக் கொடுத்தது. என்னுடைய பழைய வீடு ஏதோ ஒரு ரகசியத்தைத் தன்னுள் கொண்டிருந்தது...

"ஆம்" என்று இளவரசனிடம் சொன்னேன். "வீடாக இருந்தாலும், விண்மீன் களாக இருந்தாலும், பாலை நிலமாக இருந்தாலும், அதற்கு அழகு சேர்ப்பது நம் கண்ணுக்குத் தெரியாத ஏதோ ஒன்றுதான்!"

அதற்கு அவன், "நீ சொல்வது என் நரி சொல்வதோடு ஒத்துப்போவது எனக்கு மகிழ்ச்சியாக இருக்கிறது" என்றான்.

இளவரசன் தூங்கிவிட்டதால், அவனைக் கையில் ஏந்திக்கொண்டு மீண்டும் நடந்தேன். உணர்ச்சிவசப்பட்டேன். பலவீனமான ஒரு பொக்கிஷத்தைச் சுமந்து செல்வதுபோல் இருந்தது. அவன் அளவுக்குப் பலவீனமான ஒன்று இந்த பூமியில் இருக்காது என்று தோன்றியது. நிலவின் ஒளியில் அவனுடைய வெளிறிய நெற்றியையும் மூடிய கண்களையும், காற்றில் அலைமோதிய முடியையும் பார்த்து எனக்குள்ளே நான் சொல்லிக்கொண்டேன்: "நான் பார்ப்பது வெளித்தோற்றம் மட்டுமே. முக்கியமானது என் கண்ணில் படவில்லை."

இலேசாகத் திறந்திருந்த அவன் உதடுகளில் ஒரு புன்னகை இழைவதைப் பார்த்ததும் நான் மேலும் சொல்லிக்கொண்டேன்: "தூங்கிக்கொண்டிருக்கும் இந்த இளவரசனால் நான் உணர்ச்சிவசப்படுகிறேன். அவன் ஒரு மலர்மீது வைத்திருக்கும் மாறாத பாசம்தான் அதற்குக் காரணம். அவன் தூங்கும்போதும்கூட ஒரு விளக்கின் சுடர்போன்ற பிரகாசமான ரோஜாவைத்தான் அவனிடத்தில் நான் பார்க்கிறேன்."

அவன் மிகவும் பலவீனமாக இருக்கிறான் என்பதை யூகித்தேன். விளக்குகளை நாம் பாதுகாக்க வேண்டும். ஒரு காற்று வீசினால் விளக்குகள் அணைந்துவிடும் . . .

அப்படியே நடந்து சென்று விடியற்காலையில் அந்தக் கிணற்றைக் கண்டுபிடிதேன்.

25

"மனிதர்கள் விரைவு வண்டிகளில் போய் முடங்கிகொள்கிறார்கள். ஆனால், அவர்களுக்குத் தாங்கள் எதைத் தேடிச் செல்கிறோம் என்று தெரிவதில்லை. பிறகு, துடித்தெழுந்து நிலைகொள்ளாமல் தவிக்கிறார்கள்" என்று இளவரசன் சொன்னான்.

"ஆனால், அது தேவையில்லை" என்று தொடர்ந்து சொன்னான்.

நாங்கள் சென்றடைந்த கிணறு, சஹாரா பாலைவனக் கிணறுபோல் இல்லை. சஹாரா பாலைவனக் கிணறுகள் மண்ணில் தோண்டிய சாதாரணக் குழிகள். இதுவோ கிராமத்துக் கிணறுபோல் இருந்தது. ஆனால், அங்கு எந்தக் கிராமத்தையும் காணோம். அது ஏதோ ஒரு கனவுபோல இருந்தது.

நான் சொன்னேன்: "விசித்திரமாக இருக்கிறது. சகடை, வாளி, கயிறு ஆகிய எல்லாமே தயாராக இருக்கின்றன."

அவன் சிரித்தான். கயிற்றைத் தொட்டுப் பார்த்தான். சகடையை இயக்கிப் பார்த்தான்.

சகடை நீண்ட நாள் பயன்படுத்தாதனால் கிறீச்சிடும் திசைகாட்டிபோல ஓலமிட்டது.

இளவரசன் சொன்னான்: "பார்த்தாயா, இந்தக் கிணற்றை எழுப்பிவிட்டோம், அது பாட ஆரம்பித்துவிட்டது . . ."

எனக்கு அவனைத் தொந்தரவு செய்ய விருப்பமில்லை.

"ரொம்ப கனமாக இருக்கிறது. நான் இயக்குகிறேன். உன்னால் முடியாது" என்று சொல்லிவிட்டேன்.

மெல்ல மெல்ல வாளியை இழுத்து, சாய்ந்து விடாமல் கிணற்றின் கைப்பிடிச் சுவரில் வைத்தேன்.

என் காதில் சகடையின் நாதம் ஒலித்தது. வாளியில் அதிர்ந்துகொண்டிருந்த தண்ணீரில் சூரிய ஒளி அதிர்ந்துகொண்டிருப்பதைப் பார்த்தேன்.

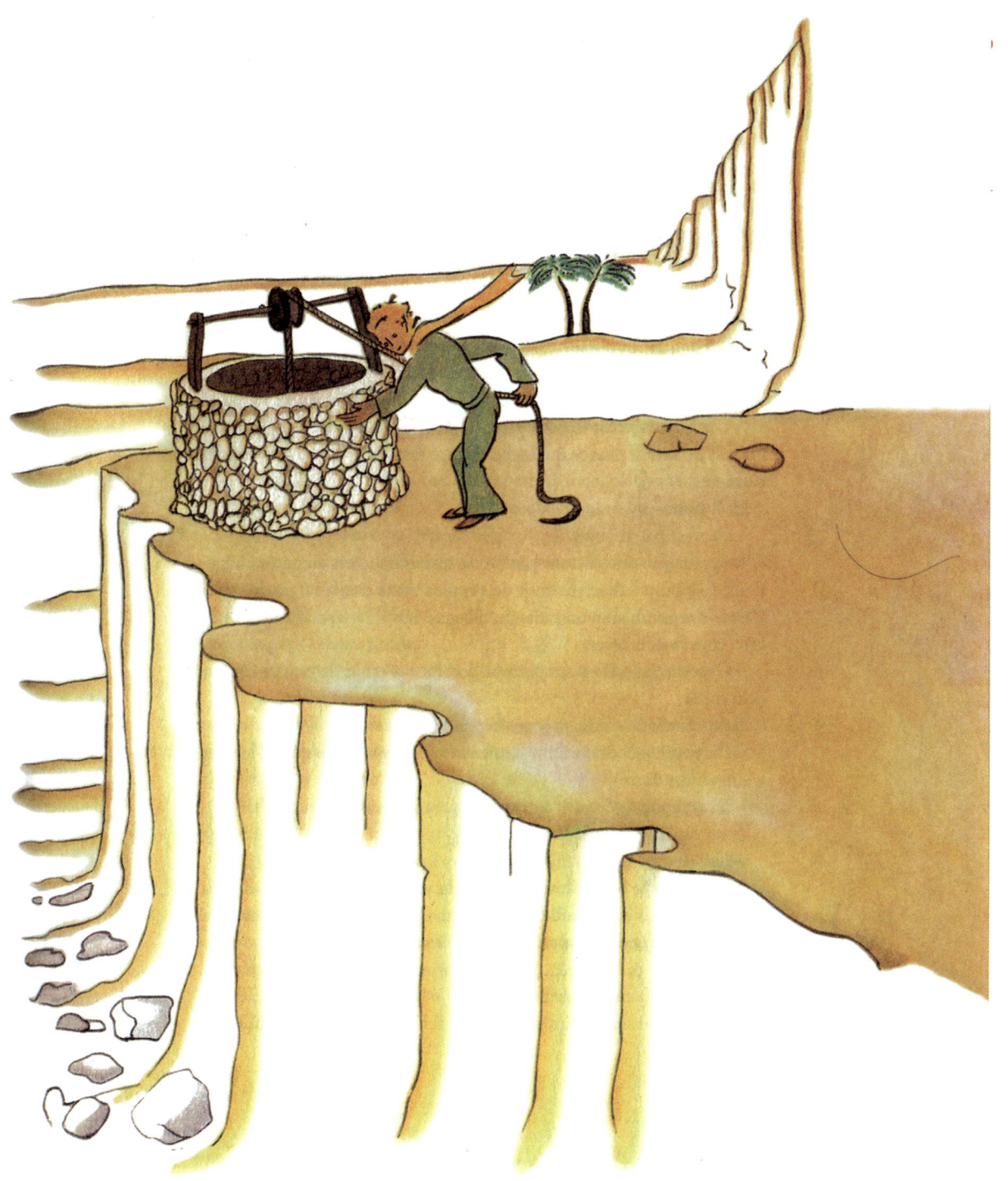

அவன் சிரித்தான். கயிற்றைத் தொட்டுப் பார்த்தான். சகடையை இயக்கிப் பார்த்தான்.

இளவரசன் "என் தாகத்தைத் தணிக்க இந்தத் தண்ணீர் வேண்டும். கொடு ..." என்றான்.

அவன் தேடிக்கொண்டிருந்தது என்னவென்று தெரிந்துவிட்டது!

வாளியை அவன் உதடுகள்வரை கொண்டு சென்றேன். கண்களை மூடிக் கொண்டு தண்ணீரைக் குடித்தான். அது ஒரு பண்டிகையின் விருந்துபோல் சுவையாக இருந்தது. அந்த நீர் உயிர்ச் சத்து தரும் உணவிலிருந்து வேறுபட்டது. விண்மீன்களின் ஒளியில் மேற்கொண்ட நீண்ட பயணம், சகடைச் சத்தம், என் கைகளின் முயற்சி ஆகியவற்றால் கிடைத்தது அது.

அது ஒரு கொடை. இதயத்துக்கு உகந்த கொடை. நான் சிறுவனாய் இருக்கும்போது, கிறிஸ்துமஸ் மரத்தின் ஒளி, நள்ளிரவுப் பிரார்த்தனையின் இசை, இனிமையான புன்னகைகள் இவை எல்லாம் சேர்ந்துதான் எனக்குக் கொடுக்கப் பட்ட கிறிஸ்துமஸ் பரிசுக்குச் சிறப்பைத் தந்தன.

இளவரசன் சொன்னான்: "உன் மக்கள் ஒரே தோட்டத்தில் ஐந்தாயிரம் ரோஜாச் செடிகள் பயிரிடுகிறார்கள் ... இருந்தாலும், அவர்கள் தேடுவது அவற்றில் அவர்களுக்குக் கிடைப்பதில்லை."

"அவர்களுக்குக் கிடைப்பதில்லைதான் ..." என்றேன் நான்.

"அவர்கள் தேடுவதை ஒற்றை ரோஜாவிலோ, பருகும் சிறிதளவு தண்ணீரிலோ அடைந்துவிடலாம் ..."

"உண்மைதான்" என்றேன் நான்.

இளவரசன் பேச்சைத் தொடர்ந்தான்:

"கண்களால் பார்க்க முடிவதில்லை. இதயத்தால்தான் தேட வேண்டும் ..."

தண்ணீரைக் குடித்தேன். மூச்சை நன்றாக இழுத்து விட்டேன். விடியலில், மண் தேன் நிறத்தில் இருந்தது. அந்தத் தேன் நிறத்தையும் ரசித்தேன். அதனால் எந்த பாதகமும் இருக்கப்போவதில்லை ...

என் பக்கத்தில் மீண்டும் வந்து அமர்ந்துகொண்டு, "நீ எனக்குக் கொடுத்த வாக்கை மீறக் கூடாது" என்று இளவரசன் மெதுவாகச் சொன்னான்.

"என்ன வாக்கு?"

"அதுதான் ... என் ஆட்டுக்கு ஒரு வாய்ப்பூட்டு ... அந்த ரோஜாவிற்கு நான் பொறுப்பு அல்லவா?"

நான் வரைந்து வைத்திருந்த படங்களை என்னுடைய சட்டைப் பையிலிருந்து எடுத்தேன். இளவரசன் அவற்றைப் பார்த்துச் சிரித்தான்.

"உன்னுடைய பவோபாப் மரங்களெல்லாம் கொஞ்சம் என்னுடைய முட்டைகோஸ்போல் இருக்கின்றன."

"அப்படியா?" நானோ இவ்வளவு நாள் அவற்றைப் பற்றிப் பெருமைப் பட்டுக்கொண்டிருந்தேன்!

"உன்னுடைய நரி . . . அதன் காதுகள் கொம்புகள் போலிருக்கின்றன . . . அளவுக்கு மிஞ்சிய நீளம்!"

பிறகு அவன் மேலும் சிரித்தான்.

"சின்னப் பையா, நீ சொல்வதில் நியாயமில்லை. எனக்கு மூடிவைத்திருக்கும் மலைப் பாம்பு, திறந்து வைத்திருக்கும் மலைப்பாம்பு ஆகியவற்றை மட்டுமே வரையத் தெரியும். வேறொன்றையும் வரையத் தெரியாது."

"பரவாயில்லை, குழந்தைகளுக்கு அது தெரியும்" என்றான் இளவரசன்.

ஆகவே வாய்ப்பூட்டு ஒன்றைப் பென்சிலால் வரைந்தேன். அதை அவனிடம் கொடுக்கும்போது மனதில் ஒரு பாரம் ஏற்பட்டது.

"உன் திட்டங்களெல்லாம் எனக்குத் தெரியவில்லை . . ."

அதற்கு அவன் பதில் சொல்லாமல், தொடர்ந்து பேசினான்:

"உனக்குத் தெரியுமா . . . நான் பூமியில் விழுந்து நாளையோடு ஒரு வருடமாகிறது . . ."

சிறிது நேர மௌனத்திற்குப் பின் மீண்டும் பேசினான்:

"இங்கிருந்து கொஞ்ச தூரத்தில்தான் வீழ்ந்தேன் . . ."

அவன் முகம் சிவப்பானது.

காரணம் எதுவென்று தெரியாமல் என் மனதில் மீண்டும் ஒரு சோகம் சூழ்ந்தது. அதே சமயம் என்னிடமிருந்து ஒரு கேள்வி எழுந்தது.

"அப்படியானால், எட்டு நாட்களுக்கு முன் யதேச்சையாக நான் உன்னைச் சந்திக்கும்போது, நீ மக்கள் நடமாட்டமுள்ள பகுதிகளிலிருந்து ஆயிரக்கணக்கான மைல்களுக்கு அப்பால் உலவிக்கொண்டிருந்தாய்! இப்போது நீ விழுந்த இடம் நோக்கித் திரும்பிப் போய்க்கொண்டிருந்தாயா?"

இளவரசன் முகம் மேலும் சிவந்தது.

தயக்கத்துடன் மீண்டும் கேட்டேன்:

"ஒருவேளை ஆண்டு நிறைவுக்காக இருக்குமோ?..."

இளவரசனின் முகம் மேலும் சிவந்தது. கேள்விகளுக்கு அவன் ஒருபோதும் பதில் சொல்வதில்லை. ஆனால், முகம் சிவந்தால், அது 'ஆம்' என்றுதானே பொருள்படும்.

"அப்படியானால், எனக்குக் கொஞ்சம் பயமாக இருக்கிறது" என்றேன்.

அவன் பதில் சொன்னான்:

"இப்போது நீ போய் உன் வேலையைத் தொடர வேண்டும். உன்னுடைய இயந்திரத்தின் பக்கம் போய்விடு. நான் இங்கேயே காத்திருப்பேன். நாளை மாலை திரும்பி வா . . ."

ஆனால், எனக்கு நம்பிக்கை இல்லை. நரியைப் பற்றிய ஞாபகம் வந்தது. பழக்கப்படுத்திக்கொண்டால் அழுவதற்கான வாய்ப்பு ஏற்பட்டுவிடும் . . .

26

கிணற்றுக்கு அருகே பழைய கற்சுவர் ஒன்று இடிந்து கிடந்தது. மறுநாள் நான் என் வேலையை விட்டு வரும்போது, அவன் அதன் மீது அமர்ந்து கால்களைத் தொங்கப்போட்டுக்கொண்டிருப்பதைத் தூரத்திலிருந்து பார்த்துவிட்டேன். அவன் பேசுவதைக் கேட்டேன்:

"அது துல்லியமாக இந்த இடம் அல்ல."

அவனுக்கு பதிலளித்தது நிச்சயமாக இன்னொரு குரல்தான், ஏனென்றால் அதற்கு அவன் பின்வருமாறு பதிலளித்தான்:

"ஆமாம், நாள் இதுதான். ஆனால், இடம் இதுவல்ல . . ."

சுவரை நோக்கி நான் தொடர்ந்து நடந்தேன். ஆனால், யாரையும் பார்க்க முடியவில்லை. யார் பேசுவதையும் கேட்க முடியவில்லை. ஆயினும், இளவரசன் பதில் சொல்லிக்கொண்டிருந்தான்.

". . . அதேதான். மணலில் என் காலடி எங்கு தொடங்குகிறது என்று உனக்குத் தெரியும். அங்கேயே நீ எனக்காகக் காத்திரு. நான் இன்றிரவு வந்துவிடுகிறேன்."

நான் சுவரிலிருந்து இருபது மீட்டர் தூரத்தில்தான் இருந்தேன். இருந்தும் எதுவும் என் கண்ணில் படவில்லை.

சிறிது நேர மௌனத்திற்குப் பின் இளவரசன் மீண்டும் பேசினான்:

"உன்னுடைய விஷம் நல்ல விஷம்தானே? அது எனக்கு அதிக நேரம் வலி கொடுக்காது என்று நிச்சயமாகத் தெரியுமா?"

மன இறுக்கத்துடன் அந்த இடத்திலேயே நின்று பார்த்தேன். அப்போதும் எனக்கு ஒன்றும் புரியவில்லை.

அவன் சொன்னான்: "இப்போது நீ போகலாம். நான் மீண்டும் கீழே இறங்கப் போகிறேன்."

அப்போதுதான் நானும் என் பார்வையைக் கீழிறக்கினேன். அங்கே நான் பார்த்தது என்னைத் திடுக்கிட வைத்தது. இளவரசனை நோக்கி ஒரு மஞ்சள் நிற

இப்போது நீ போகலாம். நான் மீண்டும் கீழே இறங்கப் போகிறேன்.

நாகம் தலையைத் தூக்கிக்கொண்டிருந்தது. அது முப்பது நொடியில் உயிரைப் போக்க வல்லது. என் சட்டைப் பையிலிருந்து துப்பாக்கியை எடுத்துக்கொண்டே சட்டென்று பின்னால் ஒரு அடி எடுத்து வைத்தேன். ஆனால், ஓசையைக் கேட்டு விட்டு, நாகம் தண்ணீர்போல் மண்ணுக்குள் அமுங்கி, கற்களுக்கு இடுக்கில் மெல்லிய உலோக ஓசையுடன் வளைந்து நெளிந்து சென்றுவிட்டது.

நான் சுவருக்குப் பக்கத்தில் வந்தபோது இளவரசன் என் கரங்களைக் கட்டிக் கொண்டான். அவன் முகம் பனிபோல் வெளுத்திருந்தது.

"இது என்ன புதுக் கதை? இப்போது நீ பாம்புகளுடன் பேசுகிறாய்!"

அவன் முகத்தில் எப்போதும் இருக்கும் பொன்னிற 'மஃப்ளர்' துணியைக் கழற்றிவிட்டேன். அவன் நெற்றிப்பொட்டுக்களை ஈரமாக்கிவிட்டு, கொஞ்சம் தண்ணீர் குடிக்க வைத்தேன். அந்தத் தருணத்தில் அவனிடம் எதுவும் கேட்க எனக்குத் துணிவு இல்லை. அவன் என்னை இறுக்கத்துடன் பார்த்துவிட்டு, என் கழுத்தைக் கட்டிப் பிடித்துக்கொண்டான். சுடப்பட்டு இறந்துகொண்டிருக்கும் ஒரு பறவையைப் போல், அவன் இதயம் துடிதுடிப்பதை உணர்ந்தேன். அவன் சொன்னான்:

"உன்னுடைய விமானத்திற்கு வேண்டியது உனக்குக் கிடைத்துவிட்டதில் மகிழ்ச்சி. உன் ஊருக்கு நீ திரும்பிப் போகலாம் . . ."

"அது உனக்கு எப்படித் தெரியும்?"

நான் எதிர்பார்த்ததற்கு மாறாக, என்னுடைய வேலையை முடிக்க முடிந்தது என்று அவனிடம் சொல்லத்தான் அங்கு வந்தேன்.

என் கேள்விக்கு அவன் பதில் சொல்லவில்லை. அவனே மேலும் பேசினான்:

"நான்கூட இன்று என்னுடைய இடத்துக்குப் போகிறேன் . . ." என்று சொன்னவன் சற்று சோகத்தோடு தொடர்ந்தான்:

"ரொம்ப தூரம் போக வேண்டும் . . . சுலபமாகவும் இருக்காது . . ."

ஏதோ ஓர் அசாதாரணமான நிகழ்வு நடந்துகொண்டிருந்தது என்பதை உணர்ந்தேன். ஒரு சின்னக் குழந்தையைப் போல் அவனை என் கைகளில் இறுக்கமாகப் பிடித்துக்கொண்டேன். ஆயினும், என்னால் தடுக்க முடியாத அளவிற்கு அவன் ஒரு பாதாளத்தில் செங்குத்தாக இறங்கிப் போய்க்கொண்டிருப்பது போன்ற எண்ணம் எனக்கு ஏற்பட்டது. அவன் தன் பார்வையை வெகுதூரம் பரவவிட்டான். அதில் ஏதோ ஒரு நோக்கம் தென்பட்டது.

"உன் ஆடு என்னிடம் இருக்கிறது. ஆட்டுக்கான கூண்டு இருக்கிறது. அதற்கான வாய்ப்பூட்டும் இருக்கிறது . . ."

அவனிடம் ஒரு சோகப் புன்னகை வெளிப்பட்டது.

நீண்ட நேரம் காத்திருந்தேன். கொஞ்சம் கொஞ்சமாக அவன் தன்னை ஆசுவாசப்படுத்திக்கொண்டான் என்பதை உணர்ந்தேன்.

“சின்னப்பையா, நீ பயப்படுகிறாய் . . .”

நிச்சயமாக அவன் பயந்திருக்கிறான்! இருந்தாலும் மெல்லச் சிரித்தான்.

“இன்று மாலை நான் மேலும் பயப்படுவேன் . . .”

இனிமேல் எதையும் சரிசெய்ய முடியாது என்ற எண்ணத்தில் உறைந்து போனேன்.

அந்தச் சிரிப்பை இனிமேல் ஒருபோதும் கேட்க முடியாது என்று எனக்குத் தெரிந்துவிட்டது. அது எனக்குப் பாலைவனத்தில் ஒரு நீருற்றுப் போல் இருந்துவந்தது.

“சின்னப்பையா, நீ சிரிப்பதை நான் கேட்க வேண்டும் . . .”

அவன் சொன்னான்:

“இன்று இரவோடு ஒரு வருடமாகிவிடும். என்னுடைய விண்மீன் நான் சென்ற ஆண்டு விழுந்த இடத்திற்கு நேர் உயரே தென்படும் . . .”

“சின்னப்பையா, பாம்புக் கதை, சந்திக்கும் இடம் பற்றிய கதை, விண்மீன்கள் கதை இவையெல்லாம் கெட்ட கனவு இல்லையா . . .?”

அவன் என் கேள்விக்குப் பதில் அளிக்காமல் பேசத் தொடங்கினான்:

“முக்கியமானதெல்லாம் நம் கண்ணுக்குத் தெரிவதில்லை . . .”

“நிச்சயமாக . . .”

“மலர் விஷயத்தில் நடந்ததுபோலத்தான். வீண்மீன் ஒன்றிலிருக்கும் மலரை நேசித்தால், இரவில் வானத்தைப் பார்ப்பதற்குச் சுகமாக இருக்கும். எல்லா விண்மீன் களும் பூத்திருக்கும் . . .”

“நிச்சயமாக . . .”

“தண்ணீர் விஷயத்திலும் அப்படித்தான். நீ எனக்குக் கொடுத்த தண்ணீர் இசைபோல் சுவையாக இருந்ததற்குக் காரணம், சகடையும் கயிறும்தான் . . . நினைவுபடுத்திப் பார். அது எவ்வளவு நன்றாக இருந்தது.”

“நிச்சயமாக . . .”

“இரவில் நீ விண்மீன்களைப் பார்ப்பாய். நான் இருப்பது மிகச் சிறிய ஒன்றில். ஆகையால், அது எங்கிருக்கும் என்று உனக்குக் காட்ட முடியாது. அப்படி இருப்பதே மேல். என்னுடைய விண்மீன் பல விண்மீன்களில் ஒன்றாக இருக்கும். அப்போது, நீ எல்லா விண்மீன்களையும் பார்ப்பாய் . . . அவை எல்லாமே உன்னுடைய நண்பர்களாக இருக்கும். இப்போது நான் உனக்கு ஒரு பரிசு தரப் போகிறேன் . . .”

அவன் மேலும் சிரிக்கிறான்.

“சின்னப் பையா! சின்னப் பையா! எனக்கு இந்த சிரிப்பைக் கேட்கப் பிடிக்கிறது!”

“அதுதான் என் பரிசு . . . தண்ணீர் விஷயம் போலத்தான் . . .”

“என்ன சொல்கிறாய்?”

“எல்லோருக்கும் விண்மீன்கள் ஒரே மாதிரி இருப்பதில்லை. பயணம் செய்பவர்களுக்கு அவை வழிகாட்டியாக இருக்கும். மற்றவர்களுக்கு அவை சாதாரணமான வெளிச்சமாக இருக்கும். விஞ்ஞானிகளுக்கு அவை பிரச்சினைகளாகும். என்னுடைய வியாபாரிக்கு அவையெல்லாம் பொற்காசுகள். ஆனால், எல்லா விண்மீன்களும் மௌனம் காக்கும். உன்னுடைய விண்மீன்கள் போல வேறு எவருக்கும் கிடைக்காது.”

“என்ன சொல்லவருகிறாய்?”

“நான் விண்மீன் ஒன்றில் வசிக்கப்போவதால் – அதில் நான் சிரிக்கப் போவதால் – நீ வானத்தில் பார்வையைச் செலுத்தும்போது, எல்லா விண்மீன்களும் சிரித்தால் அது உனக்காகத்தான். சிரிக்கத் தெரிந்த விண்மீன்கள் உனக்கு உரிமையாகும்.”

மீண்டும் அவன் சிரித்தான்.

“நீ ஆறுதல் அடையும்போது (காலம் நம் கவலைகளை மறக்கச்செய்யும்) என்னை நீ சந்தித்ததை நினைத்து மகிழ்வாய். நீ எப்போதும் என் நண்பன்தான். நீ என்னோடு சேர்ந்து சிரிக்க விருப்பப்படுவாய். அதற்காக நீ எப்போதாவது இதுபோல் மகிழ்ச்சியாக சன்னலைத் திறந்துவைப்பாய் . . . அப்போது நீ வானத்தைப் பார்த்துச் சிரிப்பதைக் கண்டு உன் நண்பர்கள் வியப்படைவார்கள். நீ அவர்களிடம் “ஆம், விண்மீன்களெல்லாம் என்னைச் சிரிக்கவைப்பதுண்டு” என்று சொல்வாய். அவர்கள் உன்னைப் பைத்தியக்காரன் என்பார்கள். நான் உன்னை வீண் வம்பில் மாட்டிவிட்டிருப்பேன் . . .”

அவன் மேலும் சிரித்தான்.

“அப்போது, விண்மீன்களுக்குப் பதில் சிரிப்பொலி எழுப்பும் சலங்கைகளைக் கொடுத்ததுபோலாகும் . . .”

அவன் மேலும் சிரித்தான். அதன் பின் அவன் முகத்தில் சிரிப்பு மறைந்தது.

“இன்று இரவு நீ வராதே . . .”

“நான் உன்னை விட்டுப் பிரிய மாட்டேன்.”

“நான் நோயுற்றவன் போலிருப்பேன் . . . உயிர் விடுபவன்போல் இருப்பேன் . . . அதை நீ வந்து பார்க்காதே. தேவையில்லை . . .”

“நான் உன்னை விட்டுப் பிரிய மாட்டேன்.”

அவன் முகத்தில் கரிசனம் ஏற்பட்டது.

“நான் ஏன் சொல்கிறேன் என்றால்... காரணம் பாம்புதான். பாம்புகள் மோசமானவை. இந்தப் பாம்பு உன்னை விளையாட்டுக்காகக் கடிக்கக்கூடும் . . .”

"நான் உன்னை விட்டுப் பிரிய மாட்டேன்."

ஆனால், ஏதோ ஒன்று அவனைத் துணிந்து சொல்லவைத்தது: "இரண்டாவது தடவையாகப் பாம்பு கடிக்கும்போது அதனிடம் விஷம் இருக்காது ..."

அன்று இரவு அவன் கிளம்பியதை நான் பார்க்கவில்லை. அவன் சந்தடியின்றி நழுவினான். ஒருவாறாக அவனைச் சென்றடைந்தபோது அவன் ஏதோ ஒரு முடிவோடு வேகமாக நடந்துகொண்டிருந்தான்.

"ஆ, நீ வந்துவிட்டாயா!" என்று மட்டும்தான் என்னிடம் சொன்னான்.

பின்னர் அவன் என் கையைப் பிடித்துக்கொண்டான். அவன் மனம் மேலும் சஞ்சலத்தில் ஆழ்ந்துகொண்டிருந்தது:

"நீ வந்தது தவறு. நீ துன்பப்பட வேண்டியிருக்கும். நான் இறந்தவன்போல் இருப்பேன். ஆனால், உண்மையில் இறக்க மாட்டேன் ..."

நான் ஒன்றும் சொல்லவில்லை.

"புரிந்துகொள், ரொம்ப தூரம் போக வேண்டும். இந்த உடலைத் தூக்கிக்கொண்டு போக முடியாது. அது மிகப் பெரிய பளுவாக இருக்கும்."

நான் ஒன்றும் சொல்லவில்லை.

"தேவையற்ற மரப்பட்டை ஒன்றைத் தூக்கி எறிவதுபோல் இருக்கும். அது பற்றி வருத்தப்படத் தேவையில்லை . . ."

நான் ஒன்றும் சொல்லவில்லை.

அவன் சிறிது கலக்கமடைந்தான். ஆனால், மீண்டும் முயற்சித்தான்:

"அது அன்பின் வெளிப்பாடாக இருக்கும். நானும் விண்மீன்களைப் பார்ப்பேன். எல்லா விண்மீன்களும் கிணறுகள் போலிருக்கும். அவற்றில் துருப்பிடித்த சகடைகளும் இருக்கும். அவையெல்லாம் நான் குடிப்பதற்குத் தண்ணீர் ஊற்றும் . . . ."

நான் ஒன்றும் சொல்லவில்லை.

"அது எவ்வளவோ வேடிக்கையாக இருக்கும்! உனக்கு ஐம்பது கோடி சலங்கைகள் இருக்கும். எனக்கு ஐம்பது கோடி நீரூற்றுகள் இருக்கும் . . ."

பயம் காரணமாக அவனும் உட்கார்ந்துவிட்டான்.

அவனும் ஒன்றும் சொல்லவில்லை. காரணம், அவன் அழுதுகொண்டிருந்தான்.

"இந்த இடத்தில் என்னை விட்டுவிடு. நான் தனியாக நடக்கிறேன்!"

பயம் காரணமாக அவனும் உட்கார்ந்துவிட்டான். அவன் மேலும் சொன்னான்:

"உனக்குத்தான் தெரியுமே ... என்னுடைய மலர் ... அவளுக்கு நான்தான் பொறுப்பு. அவள் அவ்வளவு பலவீனமானவள்! அவளிடம் கபடமே கிடையாது. அவளைக் காப்பாற்றுவதற்கு நான்கு முட்கள் மட்டுமே இருக்கின்றன ..."

நானும் உட்கார்ந்தேன். ஏனெனில், என்னாலும் நிற்க முடியவில்லை. அப்போது அவன் சொன்னான்:

"அதுதான் ... நான் சொல்ல வேண்டியதையெல்லாம் சொல்லி முடித்து விட்டேன் ..."

மேலும் சற்றுத் தயங்கிவிட்டு எழுந்தான். முன்னால் ஓர் அடி எடுத்து வைத்தான். என்னால் நகர முடியவில்லை.

அவன் கணுக்காலில் ஒரு மஞ்சள் ஒளிச்சுடர் மட்டுமே தென்பட்டது. ஒரு விநாடி ஆடாமல் அசையாமல் நின்றான். அழவில்லை. ஒரு மரம் விழுவதுபோல் மெதுவாகக் கீழே சாய்ந்தான். மணலாக இருந்ததால் ஓசைகூடக் கேட்கவில்லை.

27

அது நடந்து இன்றோடு ஆறு ஆண்டுகள் ஆகிவிட்டதென்னவோ உண்மைதான். ஆனால், இந்தக் கதையை நான் இதுவரை யாரிடமும் சொல்லவில்லை. என்னை மீண்டும் சந்தித்த நண்பர்கள் நான் உயிரோடு திரும்பி வந்தது குறித்து மகிழ்ச்சி யடைந்தார்கள். நான் சோகமாக இருந்தேன். ஆனால் அவர்களிடம் "களைப்பாக இருக்கிறேன்" என்று சொல்லிவிட்டேன் ...

இப்போது நான் ஓரளவு ஆறுதலடைந்துவிட்டேன். முழுமையாக அல்ல. அவன் தன்னுடைய கிரகத்துக்குப் போய்ச் சேர்ந்துவிட்டான் என்பது எனக்குத் தெரியும். ஏனென்றால் மறுநாள் பொழுது விடிந்து பார்த்தபோது அவன் உடலைப் பார்க்கவில்லை. அவன் உடல் அவ்வளவு கனமான உடலல்ல ... இரவில் எனக்கு விண்மீன்கள் சொல்வதைக் கேட்பது பிடிக்கும். ஐம்பது கோடிச் சலங்கைகள் ஒலிப்பது போன்றிருக்கும் ...

இங்கு ஒரு அசாதாரணமான நிகழ்ச்சி ... இளவரசனுக்காக நான் வரைந்து கொடுத்த வாய்ப்பூட்டுக்குத் தோல் பட்டை வரைந்துகொடுக்க மறந்து விட்டேன்! ஆட்டுக்கு வாய்ப்பூட்டைப் பொருத்த முடியாது! ஆகையால் எனக்குள் எப்போதும் ஒரு கேள்வி எழுந்துகொண்டே இருக்கும்: "அவன் கிரகத்தில் என்ன நடந்திருக்கும்? ஒருவேளை ஆடு மலரைத் தின்றிருக்கக்கூடும் ..."

சின்னஞ்சிறு இளவரசன்

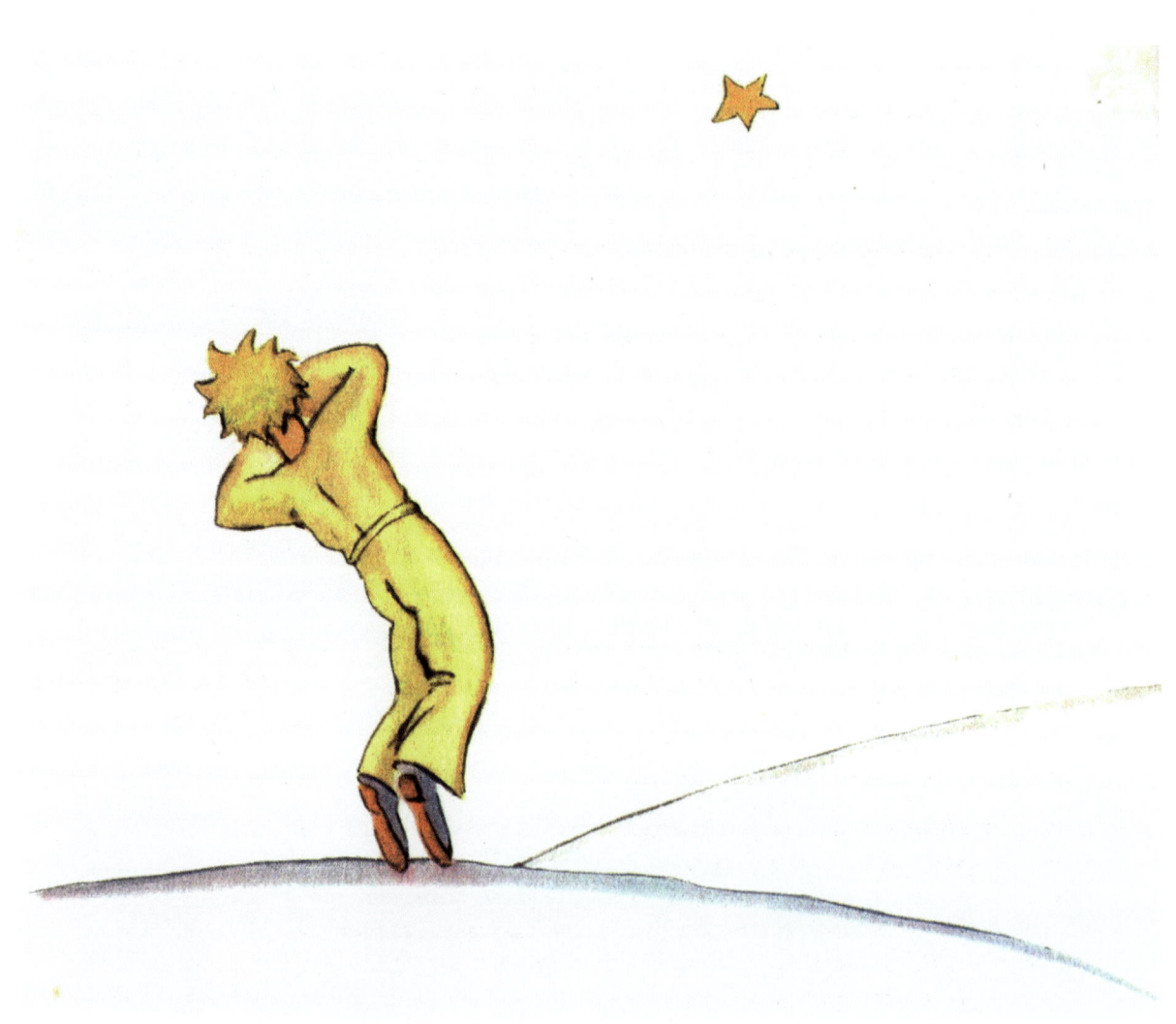

ஒரு மரம் விழுவதுபோல் மெதுவாகக் கீழே சாய்ந்தான். ஓசைகூடக் கேட்கவில்லை.

"அப்படியொன்றும் இருக்காது. ஒவ்வொரு இரவும் இளவரசன் தன்னுடைய மலரைக் கண்ணாடிக் கூண்டில் மூடி வைத்துக் காவல் இருப்பான். அல்லது அவன் ஆடு இரவில் ஓசையின்றி எங்காவது கிளம்பிப் போயிருக்கும்" என்று சில சமயம் நான் சொல்லிக்கொள்வதுண்டு. அப்போதெல்லாம், சலங்கைகள் கண்ணீரோடு கலந்து ஒலிக்கும்!

இங்குதான் ஒரு பெரிய மர்மம் இருக்கிறது. என்னைப் போலவே இளவரசனை விரும்பும் உங்களுக்கு எங்கோ, ஏதோ ஒரு மூலையில் ஆடு ஒன்று ஒரு மலரைத் தின்றுவிட்டதா இல்லையா என்னும் கேள்வி எழுந்துகொண்டிருந்தால் பிரபஞ்சம் முன்பு இருந்ததுபோல் இருக்காது . . .

ஆகாயத்தைப் பாருங்கள். பின்பு "ஆடு மலரைத் தின்றுவிட்டதா இல்லையா?" என்று உங்களையே கேட்டுக்கொள்ளுங்கள். அப்போது எப்படி எல்லாம் மாறுகிறது என்பது உங்களுக்குத் தெரிந்துவிடும்.

பெரியவர்கள் யாரும், எக்காலத்திலும், இதன் முக்கியத்துவத்தைப் புரிந்து கொள்ளமாட்டார்கள்!

இதுதான் எனக்கு உலகிலேயே மிகவும் அழகான, அதே சமயம் மிகவும் சோகமான இயற்கைக் காட்சி. இதற்கு முந்தைய பக்கத்திலும் இதே காட்சிதான். எனினும், இன்னும் துல்லியமாக எடுத்துக் காட்டவே இதனை வரைந்தேன். இங்குதான் அந்தச் சின்னஞ்சிறு இளவரசன் தோன்றினான். பிறகு இங்குதான் அவன் மறைந்தான்.

இந்தக் காட்சியைக் கவனமாகப் பாருங்கள். அப்போதுதான் நீங்கள் ஒருநாள், ஆப்பிரிக்காவில் பாலைவனத்தில் பயணம் மேற்கொண்டால் அவனை அடையாளம் கண்டுகொள்ள முடியும். நீங்கள் அவ்விடத்துக்குப் போக நேர்ந்தால், உங்களை மன்றாடிக் கேட்டுக்கொள்கிறேன். அவசரமாகக் கடந்து செல்லாதீர்கள். விண்மீன் பூத்த வானத்தின் கீழ் சிறிது நேரம் நின்று காத்திருங்கள்! அப்போது ஒரு சிறுவன் உங்களிடம் வந்து சிரித்தால், அவன் தலைமுடி பொன்னிறமாக இருந்தால், கேள்வி கேட்டுப் பதில் சொல்லாமலிருந்தால், அவன் யார் என்று உங்களுக்குத் தெரிந்து விடும். அவனிடம் அன்பு காட்டுங்கள். அவன் திரும்பி வந்துவிட்டான் என்று தயவுசெய்து எனக்கு எழுதுங்கள். அது எனக்கு ஆறுதல் அளிக்கும் . . .